'தல' இது தபால்தல

அருண்குமார் நரசிம்மன்

'Thala' Ithu Thabalthala (in Tamil)
Arunkumar Narasimhan
First Published: July 2024

BOOKS FOR CHILDREN
imprint of Bharathi Puthakalayam
7, Elango Salai, Teynampet, Chennai - 600 018.
Email: bharathiputhakalayam@gmail.com | www.thamizhbooks.com

'தல' இது தபால்தல
அருண்குமார் நரசிம்மன்
முதல் பதிப்பு: ஜூலை, 2024
வெளியீடு:

புக்ஸ் ஃபார் சில்ரன் | பாரதி புத்தகாலயத்தின் ஓர் அங்கம்
7, இளங்கோ சாலை, தேனாம்பேட்டை, சென்னை - 600 018.
தொலைபேசி : 044 24332424, 24330024 | விற்பனை: 24332924
விற்பனை உரிமை

விற்பனை நிலையங்கள்

ஈரோடு: 39, ஸ்டேட் பாங்க் சாலை - 9245448353
கரூர்: நாரத கானசபா அருகில் (TNGEA OFFICE)- 9442706676
காரைக்குடி : 12, 2 வது தெரு, கம்பன் மணிமண்டபம் பின்புறம் - 9443406150
கும்பகோணம்: 352, ரயில் நிலையம் எதிரில் - 9443995061
கோவை: 77, மசக்காளிபாளையம் ரோடு, பீளமேடு - 8903707294
சிதம்பரம்: 22A / 18B தேரடி கடைத் தெரு, கீழவீதி அருகில் - 9994399347
செங்கல்பட்டு: 1 D ஜி.எஸ்.டி சாலை - 044 27426964
சேலம்: 15, வித்யாலயா சாலை
தஞ்சாவூர்: காந்திஜி வணிக வளாகம் காந்திஜி சாலை - 9655542400
திண்டுக்கல்: பேருந்து நிலையம் - 9942331105, 9976053719
திருச்சி: வெண்மணி இல்லம், கரூர் புறவழிச்சாலை - 9994289492
திருநெல்வேலி: நவஜீவன் டிரஸ்ட் வளாகம், 48-B/10, அம்பை ரோடு, வீரமாணிக்கபுரம் - 9442149981
திருப்பூர்: 447, அவினாசி சாலை - 9486105018
திருவண்ணாமலை: முத்தம்மாள் நகர்
திருவல்லிக்கேணி: 48, தேரடி தெரு - 9444428358
திருவாரூர்: 35, நேதாஜி சாலை - 9442540543
நாகர்கோவில்: 699 கே.பி. ரோடு R.V.புரம் - 9443450111
நெய்வேலி: பேருந்து நிலையம் அருகில், - 9443659147
பழனி: பேருந்து நிலைய வளாகம் - 7010760693
புதுச்சேரி : கிழக்கு கடற்கரைச்சாலை, இலாசுப்பேட்டை, 9486102777
பெரம்பூர்: 52, கூக்ஸ் ரோடு - 9444373716
மதுரை: 37A, பெரியார் பேருந்து நிலையம் - 045 22324674 & சர்வோதயா மெயின்ரோடு
வடபழனி: பேருந்து நிலையம் எதிரில் அடையார் ஆனந்தபவன் மாடியில் - 9444476967
விருதுநகர்: 131, கச்சேரி சாலை - 0456 2245300
வேலூர்: பேஸ் III, சத்துவாச்சாரி - 9442553893

நினைத்த நூல்கள்... நினைத்த நேரத்தில்...   BharathiTV | www.bookday.in

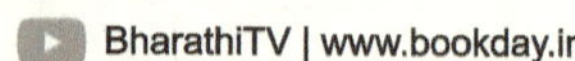

thamizhbooks.com 8778073949

ரூ. 65/-
அச்சு : பிரிண்டெக், சென்னை - 600 005.

Dr.G. VISWANATHAN
Founder & Chancellor
Former Member of Parliament
Former Minister, Govt. of Tamil Nadu
President, Education Promotion Society for India, New Delhi

வேந்தரின் வாழ்த்துரை

நமது விஐடி பல்கலைக்கழக மக்கள் தொடர்பு இயக்குனர் திரு. அருண்குமார் அவர்களது நூல் வாசிக்கக் கிடைத்தது. சமகால மொழிநடையில் பேச்சு வழக்கிலமைந்த இக்கட்டுரைத் தொகுப்பானது பல ஆச்சர்யமான தகவல்களின் தொகுப்பாக உள்ளது. கடலுக்கடியில் அமைந்திருக்கும் தபால் நிலையம் பற்றிய தகவலில் இருந்து, எரிமலையில் தபால் பெட்டி, உலகின் உயரமான தபால் நிலையம், ஒளி, ஒலியுடன் கதை சொல்லும் தபால்தலைகள் எனத் தபால் துறையில் உள்ள புதுமைகளை எளிய நடையில் வாசகர்களுக்குக் கட்டுரையாக்கித் தந்திருக்கின்றார். தபால்தலையில் எளிய மக்களின் புகைப்படம் இடம்பெறுவதற்கான வழிமுறைகள், உலகில் உள்ள அரிய தபால்தலைகளைச் சேகரிக்கும் குடும்பம், இந்தியாவின் முதல் தபால்தலை முத்திரை பற்றிய தகவல்களை வாசிக்கும்போது வியப்பளிக்கிறது. நூலாசிரியர் வாசகர்களுக்குப் பல அரிய தகவல்களைத் தொகுத்துத் தந்துள்ளார். போர் நிகழும் காலங்களில் நாட்டைக் கைப்பற்றும் போட்டியில் தன் நாட்டு முத்திரையுடன் கூடிய தபால்தலைகள் ஜப்பான், ஜெர்மனி போன்ற நாடுகள் தாங்கள் கைப்பற்றிய நாடுகளில் இருந்து தபால்தலைகள் வெளியிட்டன. இந்தியா வெளியிட்டுள்ள கூட்டுத் தபால்தலைகள் நட்புறவின் அடிப்படையில் வெளிவந்துள்ளன என்ற செய்தியினை அறியும்போது நூலாசிரியரின் தேடல் எந்த அளவு தீவிரமாக இருந்திருக்கின்றது என்பதை உணர்ந்துகொள்ள முடிகின்றது. தேடல்கள் நிறைந்த கட்டுரைத் தொகுப்பாக அமைந்த இந்த நூல் அனைவரது கைகளிலும் சென்றடைய வாழ்த்துகின்றேன்.

தமிழன்புடன்

வேந்தர் கோ. விசுவநாதன்

06 பிப்ரவரி 2024

அர்ப்பணம்

★ நான் பத்திரிகைத் துறையில் நுழைவதற்கும் சாதிப்பதற்கும் பெரிய உந்துசக்தியாக இருந்த என் தந்தை மறைந்த திரு. தி.ர. நரசிம்மன்.

★ என் வாழ்வில் பல இன்னல்கள் வந்தபோதும் மனம் தளரவிடாமல் என்னை தொடர்ந்து வாழவைக்கும் என் தாயார் திருமதி.வசந்தா நரசிம்மன்.

★ என் வாழ்வில் நான் முன்னெடுக்கும் பல்வேறு முயற்சிகளுக்கும் உறுதுணையாக இருந்து அவற்றில் நான் வெற்றிபெற எனக்கு உறுதுணையாக இருக்கும் என் மனைவி மருத்துவர் திருமதி. ஐஸ்வர்யா அருண்குமார்.

★ நான் தபால்தலைகளை சேகரித்து அதைப் பற்றிய ஆராய்ச்சி செய்யும்போது எனக்கு உதவி புரிந்து, அவற்றைப் பற்றி தெரிந்துகொள்ள ஆர்வம் காட்டும் என் மகன் பிரணவ் அருண்குமார் மற்றும் மகள் ப்ரக்ரிதி அருண் குமார்.

★ தபால்தலைகளை சேகரிப்பதில் எனக்கு உள்ள ஆர்வத்தையும், தபால்தலைகளைப் பற்றிய அரிய தகவல் களை பற்றியும் நான் கூறக்கேட்டு நீங்கள் 'தினமலர்' வாரமலரில் வாரம்தோறும் கட்டுரை எழுதுங்கள், நாங்கள் பிரசுரிக்கிறோம் என்று என்னை ஊக்கப்படுத்திய 'தினமலர்' திருச்சி, வேலூர், பதிப்புகளின் செய்தி ஆசிரியர் திரு. சேதுநாகராஜன்.

★ 'தினமலர்' வாரமலரில் என் கட்டுரைகளைப் பிரசுரிப்பதற்கு அனுமதி அளித்த 'தினமலர்' திருச்சி, வேலூர், பதிப்புகளின் வெளியீட்டாளர் (Publisher) திரு.ஆர்.ஆர். கோபால்ஜி.

★ என்னுடைய கட்டுரைகளை பிழைத்திருத்தம் செய்து புத்தகமாக வடிவமைத்துத் தந்து என்னை என்றும் வழிநடத்திச் செல்லும் மூத்த பத்திரிகையாளர் திரு. துரை. ரமேஷ்.

★ இந்தக் கட்டுரைகளை நூலாகத் தொகுத்து அழகுற அச்சிட்டுத் தந்த பாரதி புத்தகாலயத்தின் வெளியீட்டாளர் தோழர் நாகராஜன், உதவிகள் புரிந்த அனைத்து நண்பர்களுக்கும் அர்ப்பணிப்பு உணர்வுடன் கூடிய நன்றியை காணிக்கையாக்குகிறேன்.

★ இக்கட்டுரைகள் நூலாக வெளிவர பேருதவிகள் புரிந்த 'தினமலர்' நெல்லைக் குழுமத்தின் செய்தியாசிரியர் டாக்டர் ஆர்.தியாகராஜன் அவர்களுக்கும், புத்தகத்தை அழகிய முறையில் வடிவமைத்துத் தந்த திரு. சரவணன் அவர்களுக்கும் எனது நன்றி என்றைக்கும் உரியது.

★ இவையெல்லாவற்றிற்கும் மேலாக ஓரிடத்திலிருந்து மற்றொரு இடத்திற்கும், ஒரு நாட்டிலிருந்து மற்றொரு நாட்டிற்கும் அஞ்சல்களை கொண்டுசேர்க்கும் தபால் துறையினருக்கும் இந்த நூல் அர்ப்பணம்.

அன்புடன்,
அருண்குமார் நரசிம்மன்

உள்ளடக்கம்

கடலுக்கு அடியில் தபால் நிலையம்

தலைப்பை படித்ததும் நான் ரீல் விடுவதாக நினைப்பவர்கள் இந்தக் கட்டுரையை மேலும் படித்தால் அந்த தபால் நிலையத்திற்கே நேரில் சென்று பார்க்க ஆசைப்படுவீர்கள். வாருங்கள், நாம் வனாட்டு நாட்டிற்குச் செல்லலாம்.

தென்மேற்கு பசிபிக் பெருங்கடலில் உள்ள வனாட்டு என்கிற நாடு பிஜி தீவுக்கு மேற்கே 800 கிலோமீட்டர் தொலைவிலும் ஆஸ்திரேலியாவுக்கு கிழக்கே 1,770 கிலோமீட்டர் தூரத்திலும் அமைந்துள்ளது.

இந்த நாடு 13 மிகப்பெரிய மற்றும் சிறிய தீவுகளைக் கொண்ட நாடாகும்.

இந்த நாடும் பிரிட்டிஷ் பிரஞ்சு அரசுகளின் ஆதிக்கப்பிடியில் தான் இருந்தது-. கடந்த 1980ஆம் ஆண்டில்தான் வனாட்டுக்கு பிரிட்டிஷ் பிரெஞ்சு அரசுகளிடமிருந்து சுதந்திரம் கிடைத்தது.

கரடுமுரடான பரந்த மலைகள் மற்றும் உயரமான தாழ்வான பீடபூமிகள் மற்றும் கடலோர பவளப்பாறைகள் போன்ற பல்வேறு நிலப்பரப்புகளைக் கொண்டது இந்தத் தீவின் சிறப்பம்சமாகும்.

வண்டல் மண், பவள சுண்ணாம்புக் கற்கள் மற்றும் எரிமலைப் பாறைகள் கொண்ட இந்தத் தீவில் அடிக்கடி நிலநடுக்கங்கள் ஏற்படுவதன் மூலம் கட்டமைப்பு உறுதியற்ற தன்மையைக் கொண்டுள்ளது.

வனாட்டு லாவாவில் உள்ள செரேமா, அயோபாவில் உள்ள மனரோ, சாண்டா மரியாவில் உள்ள கரெட், ஆம்ப்ரிமில் பென்போ மற்றும் மரமின் இரட்டை எரிமலைத் துவாரங்கள் மற்றும் டான்னாவில் யசூர் உள்ளிட்ட பல தீவுகளில் வெடிக்கத்தயாராக இருக்கும் எரிமலைகள் பல காணப்படுகின்றன. இந்தத் தீவுக் கூட்டத்தில் நீருக்குக் கீழ் பல எரிமலைகள் உள்ளன.

உலகின் பல்வேறு நாடுகளிலிருந்து மக்களைக் கவர்ந்திழுக்கும் இப்படிப்பட்ட ஒரு அழகிய தீவிற்கு மேலும் மெருகு சேர்க்க அந்த நாட்டின் தபால் துறை முடிவு செய்ததின் விளைவு தான் கடலுக்கு அடியில் தபால் நிலையம் அமைத்தது. ஹைட்வே கடல் சரணாலயத்திற்குள் அமைந்துள்ள இந்தத் தபால் நிலையம் உலகிலேயே கடலுக்குக்கீழ் அமைக்கப்பட்ட ஒரே தபால் நிலையமாகும்.

2003ஆம் ஆண்டு மே மாதம் தான் இந்த தபால் நிலையம் துவங்கப்பட்டது. கடலில் சுமார் மூன்று மீட்டர் ஆழத்தில் சிறப்புத் தபால் நிலயம் அமைந்துள்ளது. இந்தத் தபால்

நிலையத்தில் பணிபுரிய ஊழியர்களுக்கு ஆழ்கடலில் நீந்துவதற்கான பயிற்சி அளிக்கப்பட்டுள்ளது. இந்தத் தபால் நிலையத்தில் நீரினால் பாதிக்கப்படாத சிறப்பு உறைகளைப் பயன்படுத்தி கடிதங்களை அனுப்பலாம். இந்தத் தபால் நிலையத்தில் அனுப்பப்படும் கடிதங்களில் ஒரு சிறப்பு முத்திரை பொறிக்கப்பட்டு கடிதத்தின் பெறுநருக்கு அனுப்பி வைக்கப்படுகிறது.

ஹைட்வே தீவுக் கடற்கரையில் உள்ள இந்தத் தபால் நிலையம் தினமும் திறக்கப்படும்போது மிதவையில் ஒரு சிறப்புக் கொடி உயர்த்தப்பட்டு மக்களுக்கும் சுற்றுலாப் பயணிகளுக்கும் தபால் நிலையம் திறக்கப்பட்டதை தெரியப்படுத்தப்படுகிறது.

வனாட்டுக் குடியரசு 83 தீவுகளால் அமைந்த கடலின் சொர்க்கம் என்பதையும் இந்த ஆழ்கடல் தபால் அலுவலகம் வெளிப்படுத்துகிறது. கடல், வனாட்டு மக்கள் வாழ்க்கையின் ஒரு முக்கிய அங்கமாகும். எனவே இந்த நாடு இதைக் கருத்தில் கொண்டு நீருக்கடியில் தபால் அலுவலகத்தை அமைத்துள்ளது.

சமூக வளர்ச்சி மற்றும் பாதுகாப்பான சுற்றுச்சூழலில் அக்கறை கொண்ட இந்த நாட்டின் அரசாங்கம், தபால்துறை மூலம் நெகிழிப் பயன்பாட்டின் மோசமான விளைவுகளை மக்களுக்கு விளக்கும் விதத்தில் சிறப்பு தபால்தலையை வெளியிட்டுள்ளது.

அய்யா, அம்மா, எங்க கிளம்பிட்டீங்க? வனாட்டுக்குத் தானே? வாருங்கள் நண்பர்களே! வனாட்டுத் தீவிற்கு நாமும் செல்லலாம்.

எரிமலையில் தபால்பெட்டி

என்னய்யா! கலர்கலரா ரீல் விடறே? என்ற உங்கள் மைன்ட் வாய்ஸ் எனக்கு கேட்கிறது. நண்பர்களே! நான் உங்களுக்கு முன்பே கூறியதுபோல் தென்மேற்கு பசிபிக் பெருங்கடலில் அமைந்துள்ள வனாட்டு என்ற தீவு பல அதிசய விஷயங்களை கொண்டது. கடலுக்கு அடியில் தபால் நிலையம் அமைந்திருப்பதும் இந்தத் தீவில்தான்.

பசிபிக் டெக்டோனிக் புவித் தட்டின் விளிம்பைச் சுற்றி இருக்கும் மண்டலமான பசிபிக் 'ரிங் ஆஃப் ஃபயர்' பகுதியில் இருப்பது வனாட்டு. இந்தத் தீவு உருவாகிய விதமே நம்மை ஆச்சர்யத்தில் ஆழ்த்தும். கடந்த சில மில்லியன் ஆண்டுகளில் எரிமலை செயல்பாட்டின் விளைவாக உருவாகியது தான் வனாட்டுவின் பெரும்பாலான தீவுகள் என்று அறிவியலாளர்கள் தெரிவிக்கிறார்கள்.

இந்த நாட்டின் பெரும்பாலான தீவுகளில் மக்கள்

வசிக்கின்றனர். அந்த நாட்டில் சில எரிமலைகள் அடிக்கடி கொழுந்துவிட்டு எரிந்து கொண்டிருக்கின்றன. வனாட்டு நாடு மலைப்பாங்கானது. அதன் பெரும்பகுதி வெப்பமண்டல மழைக்காடுகளால் சூழப்பட்டுள்ளது. பெரும்பாலான பகுதிகளைப்போலவே, இது பூகம்பங்கள் மற்றும் பெரிய அலைகளால் பாதிப்பிற்குள்ளாகும் தீவாகும், 2015ஆம் ஆண்டு பாம் சூறாவளி இந்த நாட்டைத் தாக்கி பரவலான சேதத்தை ஏற்படுத்தியது.

இந்தத் தீவில் 550ஆம் ஆண்டு (கிறிஸ்து பிறப்புக்கு முன்) மெலனேசியன் மக்கள் குடியேறினார்கள் என்று சொல்லப் படுகிறது. 1906ஆம் ஆண்டு பிரிட்டனும் பிரான்சும் கூட்டு நிர்வாகத்தின்கீழ் இந்த நாட்டை ஒரு காண்டோமினியமாக மாற்றின.

வனாட்டு போஸ்ட் (வனாட்டுவின் தபால் சேவைத் துறை), மவுண்ட் யசூரில் உள்ள எரிமலைக் குழம்பு உமிழும் விளிம்பிற்கு அருகில் ஒரு தபால் பெட்டியை நிறுவியுள்ளது. அங்கு கடிதம் அனுப்புவது சூடான, சுவாரசியமான, திரில்லிங்கான அனுபவம். உங்கள் கடிதமும் சூடான செய்தியைப்போல சூடாகத்தானே இருக்கும்?

உங்கள் அஞ்சல் அட்டையையோ அல்லது அஞ்சல் உறையையோ அந்தத் தபால் பெட்டியில் போடும்போது உருகிய எரிமலை வெடிப்பதைப்போல நீங்கள் காண்பதை கற்பனை செய்து பாருங்கள். அந்த வெப்பத்தை இப்போதே கற்பனையில் நீங்கள் உணர்கிறீர்கள் என்று எனக்குத் தெரியும்.

மவுண்ட் யசூர் ஒவ்வொரு மணிநேரத்திற்கும் 10-20 முறை வெடிக்கும் என்று மதிப்பிடப்பட்டுள்ளது, மேலும் எரிமலை தொடர்ந்து சத்தமிட்டு நிலத்தை உலுக்கி வருகிறது.

உலகிலேயே உயிருள்ள எரிமலையின் மீது தபால் பெட்டி அமைந்துள்ள ஒரே இடம் வனாட்டுதான். வனாட்டுவின் தபால் சேவைத் துறையால் நியமிக்கப்பட்ட அஞ்சல் முகவர்கள் தினமும் இந்த மலையில் உள்ள தபால்களை தபால் அலுவலகத்திற்கு கொண்டு செல்கின்றனர். இப்படி சேகரிக்கப்படும் தபால் உறைகள் மற்றும் தபால் மீது ஒரு சிறப்பு முத்திரை குத்தப்படும். இந்தத் தபால்தலைகளை பலர் மிகவும் ஆர்வத்துடன் சேகரிக்கிறார்கள்.

நீருக்கடியில் உள்ள தபால் அலுவலகத்தைப்போலவே, எரிமலை போஸ்ட்டிலும் பிரத்யேக முத்திரைகள் மற்றும் அஞ்சல் அட்டைகள் உள்ளன. இவை பார்வையாளர்கள் மற்றும் சேகரிப்பாளர்களுக்கு அதிகமான மகிழ்ச்சியைத் தரும்.

1000 டிகிரிக்கும் அதிகமான வெப்பநிலையுடன் உருகிய எரிமலைக்குழம்பு பாறையில் இருக்கும் அஞ்சல் பெட்டியிலிருந்து உங்களுக்கு அனுப்பப்பட்ட ஓர் அஞ்சல் அட்டையை உங்கள் நண்பர்களுக்குக் காண்பித்தால் எப்படி இருக்கும் என்பதை கற்பனை செய்து பாருங்கள்.

உலகின் உயரமான தபால் நிலையம்

உலகின் உயரமான இடத்தில் இருக்கும் தபால் நிலையம் நமது இந்தியாவில்தான் உள்ளது என்று சொன்னால் நீங்கள் நம்புவீர்களா? ஆனால் நம்பித்தான் ஆகவேண்டும். இந்தியாவின் இமயமலைத் தொடரில் 4,400 மீட்டர் உயரத்தில் இமாச்சலப் பிரதேசத்தில் உள்ள அழகிய ஸ்பீடி பள்ளத்தாக்கில் இக்கிமில் தான் இந்தத் தபால் நிலையம் அமைந்துள்ளது. இந்தியாவை ஆப்கானிஸ்தான், பாகிஸ்தான் மற்றும் திபெத்துடன் இணைப்பது இந்த மலைத்தொடர்தான். இந்தியாவின் வானிலையை தீர்மானிப்பதில் இமயமலையின் பங்கு மிக முக்கியமானது. நம் நாட்டை அந்நியப் படையெடுப்பிலிருந்து பாதுகாப்பதில் அரணாக அமைந்ததும் இமயமலைதான், ஆனால் அதையும்

மீறி சில மன்னர்கள் நம் நாட்டின் மீது படையெடுத்து வந்துள்ளனர் என்பது சரித்திரம்.

இப்படிப்பட்ட மலைத்தொடரில் பல இடங்களில் மக்கள் எந்தவிதமான தொலைத்தொடர்பு வசதியும் இல்லாமல் தபால் துறையின் சேவையை மட்டுமே நம்பியுள்ளனர். இவர்களுக்கும் வெளி உலகிற்குமான ஒரே தொடர்பு தபால் சேவைதான். இதுபோன்ற தொலைத்தொடர்பு இல்லாத இடத்தில் உள்ள மக்களுக்கும் இந்திய தபால் துறை இடைவிடாத சேவை செய்கிறது என்பதுதான் நமக்குப் பெருமை.

இக்கிமில் உள்ள மிகவும் சொற்பமான மக்களுக்காக இந்திய தபால் துறை இந்த அஞ்சல் அலுவலகத்தை 1983ஆம் ஆண்டு முதல் நடத்தி வருகிறது.

ரிஞ்சேன் சீரிங் என்பவர் இந்தத் தபால் நிலையம் துவங்கியது முதல் இதன் அஞ்சல் நிலைய அதிகாரியாகப் பணியாற்றி வருகிறார். இந்தத் தபால் நிலையத்தை மக்கள், தபால்தலை வாங்குவது, தபால்களை அனுப்புவது மற்றும் மற்றவர்களுக்கு அஞ்சல் மூலம் பணம் அனுப்புவது போன்ற சேவைகளுக்குப் பயன்படுத்துகிறார்கள்.

இந்த அஞ்சல் நிலையத்தின் அஞ்சல் குறியீட்டு எண் (பின்கோடு) 172114 ஆகும். இந்த அஞ்சல் நிலையத்தில் தினமும் இரண்டு பணியாளர்கள் மோட்டார் வாகனங்கள் செல்ல முடியாத கடினமான மலைமுகடுகளைத் தாண்டி 46 கிலோமீட்டர் தொலைவு நடந்து சென்று ஸ்பீடி பள்ளத்தாக்கின் தலைநகரான காசாவிற்குச் சென்று அங்கிருந்து வாகனங்கள் மூலம் தபால்களை மற்ற இடத்திற்கு அனுப்புகின்றனர்.

உலகின் பல்வேறு நகரங்களிலிருந்து வரும் தபால்களை காசாவிலிருந்து இக்கிமுக்கு மறுபடியும் நடந்தே கொண்டு வரும் கடினமான பணியை செய்கின்றனர். அப்படிப்பட்டவர்களை நாம் மனதாரப் பாராட்டியே ஆக வேண்டும். இதே போன்று நாட்டின் பல்வேறு மூலைகளில் எண்ணற்ற தபால் துறை ஊழியர்கள் பணி செய்கிறார்கள், அவர்களுக்கும் அவர்களது இடைவிடாத சேவைகளுக்கும் வாழ்த்துகளைத் தெரிவிப்போம்.

இக்கிம் தபால் நிலைய ஊழியர்கள் அவர்களின் அலுவலகத்திற்கு அருகில் உள்ள நான்கு கிராமங்களுக்கு அஞ்சல் சேவைகளை வழங்குகிறார்கள். இந்தக் கிராமங்களில் 4,587 மீட்டர் உயரத்தில் உள்ளது கோமிக் என்ற கிராமம். இந்தச் சிறிய கிராமத்தில் இருப்பது 20க்கும் குறைவான வீடுகளே.

எந்தவிதத் தொலைத்தொடர்பு வசதியும் இல்லாமல் தபால் துறையை மட்டுமே இந்தக் கிராமம் நம்பியுள்ளது.

பல பௌத்த மடாலயங்கள் நிறைந்தது ஸ்பீடி பள்ளத்தாக்கு. இதில் குறிப்பிட்ட 'கீ' போன்ற சில மடாலயங்கள் ஆயிரம் ஆண்டுகள் பழைமையானவை. இந்த உலகின் உயரமான அஞ்சல் நிலையத்திற்கு தபால் அனுப்பி நாமும் அந்த அஞ்சல் அலுவலகத்தின் முத்திரையைப் பெறலாம், வாருங்கள்.

ஒளி – ஒலியுடன் கதை சொல்லும் தபால்தலைகள்

தபால்தலை என்றாலே ஒரு நிறத்திலோ அல்லது பல நிறத்திலோ ஒரு படத்தை சிறிய காகிதத்தில் அச்சடித்து வழங்குவதுதான் முறை என்று நாம் எண்ணி வந்துள்ளோம், ஆனால் புதிய தொழில்நுட்பத்தினைப் பயன்படுத்தி ஒளி – ஒலி மூலம் தபால்தலையின் கதையை சொல்லமுடியும் என்று சில நாட்டின் அஞ்சல் துறைகள் செய்து காட்டியுள்ளன. சமீபகாலத்தில் வளர்ந்துவரும் ஆக்மென்டெட் ரியாலிட்டி என்ற தொழில்நுட்பத்தின் மூலம் அதைச் செய்து காட்டியுள்ளனர்.

ஒரு பொருளின் மீதோ அல்லது ஒரு காகிதத்தின் மீதோ ஒரு சில முக்கிய குறியீடுகள் அச்சடிக்கப்பட்டு அந்த குறியீட்டை அலைபேசியிலுள்ள பிரத்யேக செயலி மூலம் பார்த்தால் அதில் ஒளி - ஒலி வடிவில் தகவல்கள் வருவதுதான் ஆக்மென்டெட் ரியாலிட்டி.

இந்திய அஞ்சல் துறையின் கோவா அஞ்சல் வட்டம் 2022ஆம் ஆண்டு சர்வதேச காடுகள் பாதுகாப்பு நாளை முன்னிட்டு அழிந்து வரும் பறவைகள் பற்றி மக்களிடம் விழிப்புணர்வு ஏற்படுத்த ஆக்மென்டெட் ரியாலிட்டி சிறப்பு தபால் முத்திரையை வெளியிட்டது. இதுபோன்றதொரு தபால் தலை இந்திய அஞ்சல்துறையினால் வெளியிடப்படுவது இதுவே முதல் முறை என்பது குறிப்பிடத்தக்கது.

இந்த தபால்தலை ஒவ்வொன்றிலும் தனித்தனி QR குறியீடு அச்சிடப்பட்டிருக்கும். இந்த QR குறியீட்டை ஸ்கேன் செய்தவுடன் அலைபேசியில் ஒளி-ஒலி வடிவம் வெளிப்பட்டு அந்தத் தபால்தலை பற்றிய தகவல் தரும்.

இதே போன்று நியூசிலாந்து நாட்டின் அஞ்சல் துறையும் 2020ஆம் ஆண்டு ஆக்மென்டெட் ரியாலிட்டி தொழில்நுட்பத்தைப் பயன்படுத்தி நான்கு தபால்தலைகளை வெளியிட்டுள்ளது. கிறிஸ்துமஸ் கொண்டாட்டங்கள் பற்றியும் இயேசு கிறிஸ்துவின் பிறப்பு பற்றியும் விளக்கும் வண்ணம் வெளியிடப்பட்ட ஆக்மென்டெட் ரியாலிட்டி தொழில்நுட்பத்தின் அடிப்படையிலான தபால்தலைகள் சிறப்புக்குரியதாக பேசப்படுகிறது.

இந்த வகை தபால்தலைகள் புதுமையானவைதான். இருந்தாலும், இன்னும் பழைய பச்சை மற்றும் சிகப்பு பொத்தான் உள்ள அலைபேசிகளைப் பயன்படுத்தும் மக்கள் உள்ள இந்தியா போன்ற நாடுகளில் இவை வெறும் தபால்தலைகளாகவே இருக்குமே தவிர, மக்களுக்கு வேறு எந்தவிதமான பயனையும் தராது என்பதே நிதர்சனமான உண்மை.

○

உங்கள் புகைப்படம்
தபால்தலையாக

தபால்தலைகள் என்றாலே சுதந்திரப் போராட்டத் தியாகிகள், தேசியத் தலைவர்கள் அல்லது தேசிய முக்கியத்துவம் வாய்ந்த விஷயங்களை மட்டுமே அச்சிட்டு வெளியிடுபவர் என்று நீங்கள் நினைக்கலாம். ஆனால் உங்களின் புகைப்படத்தையும் தபால்தலையாக அச்சிட்டு பயன்படுத்த முடியும் என்பது உங்களுக்குத் தெரியுமா?

இந்த வகையான தபால்தலைகள் 'மை ஸ்டாம்ப்' என்று அழைக்கப்படுகிறது. மை ஸ்டாம்ப் என்பது வாடிக்கை யாளர்களின் புகைப்படம் மற்றும் நிறுவனங்களின் சின்னங்கள் அல்லது கலைப்படைப்புகள், பாரம்பரிய கட்டிடங்கள், புகழ்பெற்ற சுற்றுலாத் தலங்கள், வரலாற்று நகரங்கள், வனவிலங்குகள், பிற விலங்குகள் மற்றும் பறவைகள் போன்றவற்றின் படங்களை தேர்ந்தெடுக்கப்பட்ட தபால் தலையுடன் சேர்த்து அச்சிடலாம்.

மை ஸ்டாம்ப் இரண்டு பாகங்களுடன் வரும். ஒன்று உங்கள் புகைப்படம் கொண்ட பகுதி, மற்றொன்று இந்திய தபால் துறையால் நிர்ணயிக்கப்படும் ஒரு புகைப்படம். ஒருவர் மை ஸ்டாம்பை அஞ்சல் உறையிலோ அல்லது வேறு எதிலாவது ஒட்டிப் பயன்படுத்த விரும்பினால் அவர்கள் இந்த இரண்டு பகுதிகளையும் சேர்த்து ஒட்டித்தான் பயன்படுத்த முடியும். உங்கள் புகைப்படம் இருக்கும் பகுதியை மட்டுமே பயன்படுத்த முடியாது.

மை ஸ்டாம்ப் இரண்டு வகைப்படும். ஒன்று சாமானிய மக்கள் தங்கள் புகைப்படங்களை அச்சிட்டுக்கொள்ளும் முறை. மற்றொன்று பெரிய நிறுவனங்கள் தங்களது சின்னங்களையோ அல்லது நிறுவனத்தின் பெயரையோ அச்சிட்டுக்கொள்ளும் முறையாகும்.

மை ஸ்டாம்ப் அச்சடிக்கும் முறை இந்தியாவில் மட்டுமல்ல ஆஸ்திரேலியா போன்ற பல நாடுகளின் அஞ்சல் துறைகளிலும் புழக்கத்தில் இருந்து வருகிறது. மை ஸ்டாம்ப் இந்தியாவில் சமீப காலமாகத்தான் கணிசமான மக்களால் பயன்படுத்தப்பட்டு வருகிறது.

1999ஆம் ஆண்டு செப்டம்பர் 1ம் தேதி, ஆஸ்திரேலியா போஸ்ட் அதிகாரப்பூர்வமாக அவர்களின் முதல் மை ஸ்டாம்ப்பை அறிமுகப்படுத்தினார்கள். இதுவே உலகின் முதல் மை ஸ்டாம்ப் என்று கூறப்படுகிறது. 2011ஆம் ஆண்டு

இந்திய அஞ்சல் துறை மூலம் உலகத் தபால்தலை கண்காட்சி INDIPEX நடத்தப்பட்டது, அப்போது அங்கு மை ஸ்டாம்ப் திட்டம் இந்தியாவில் முதல் முறையாக அறிமுகம் செய்யப்பட்டது.

இந்திய அஞ்சல் துறையின் முக்கிய அஞ்சலகங்களிலோ அல்லது அவர்களால் நடத்தப்படும் சிறப்புத் தபால்தலை சேகரிப்பாளர் அலுவலகங்களிலோ (Philatelic Bureau) மை ஸ்டாம்ப்களை குறிப்பிட்ட பணம் செலுத்தி பெற்றுக் கொள்ளலாம்.

தபால்தலைகளை வெளியிடும் ஐ.நா.சபை

மக்களின் பயன்பாட்டிற்கு நாடுகள் மட்டுமே தபால்தலை வெளியிடும். வெளியிடமுடியும் என்பது உலகத் தபால் ஒன்றியத்தின் விதி என்று உங்களுக்குத் தெரிந்திருக்கும், ஆனால் உலகிலேயே ஒரே ஓர் அமைப்பிற்கு மட்டும்தான் உலகத் தபால் ஒன்றியம் தபால்தலைகளை வெளியிட்டு மக்கள் பயன்படுத்த அனுமதியளித்துள்ளது.

உலகத் தபால் ஒன்றியம் ஐ.நா. சபைக்குத் தபால்தலை வெளியிட அனுமதித்துள்ளது. அது ஓர் அமைப்புதானே தவிர, ஒரு நாடோ, மாநிலமோ அல்ல.

1951ஆம் ஆண்டில், அமெரிக்க நாட்டின் அஞ்சல் துறைக்கும் ஐக்கிய நாடுகள் சபைக்கும் ஓர் ஒப்பந்தம் எட்டப்பட்டது. இதன் மூலம் நியூயார்க்கில் உள்ள ஐக்கிய நாடுகள் சபையின்

தலைமையகத்தில் பிரத்யேகமாக பயன்படுத்துவதற்காக அமெரிக்க டாலர் மதிப்பில் அச்சிடப்பட்ட தபால்தலைகளை வெளியிட அனுமதிக்கப்பட்டது. இதேபோன்று 1968ஆம் ஆண்டில் சுவிட்சர்லாந்து அதிகாரிகளுடனும், 1979ஆம் ஆண்டில் ஆஸ்திரிய அதிகாரிகளுடனும் உடன்பாடுகள் எட்டப் பட்டன.

இன்று ஐக்கிய நாடுகள் சபை தபால் நிர்வாகம் மட்டுமே மூன்று வெவ்வேறு நாணயங்களில் (அமெரிக்க டாலர், சுவிட்சர்லாந்து பிராங்க் மற்றும் யூரோ) தபால்தலை வெளியிடும் ஒரே தபால் ஆணையம் ஆகும்.

நியூயார்க், ஜெனிவா அல்லது வியன்னாவில் உள்ள ஐக்கிய நாடுகள் சபை அலுவலகங்களில் இருந்து அனுப்பப்படும் அஞ்சல்களில் இந்தத் தபால்தலைகள் பயன்படுத்தப்பட்டு வருகின்றன.

ஐக்கிய நாடுகள் சபையின் தபால்தலைகள் இரண்டு வகையாக வெளியிடப்படுகின்றன. ஒன்று தினப்பயன்பாட்டிற்கான தபால்தலை, மற்றொன்று முக்கியமான விஷயங்களுக்கு அல்லது முக்கியமான நபர்களுக்காக அச்சிடப்பட்டு வெளியிடப்படும் தபால்தலைகளாகும்.

ஐக்கிய நாடுகள் சபை ஒவ்வொரு ஆண்டும் ஆறு புதிய தபால்தலைகளை நியூயார்க், ஜெனிவா மற்றும் வியன்னாவில் உள்ள அலுவலகங்களில் ஒரே நேரத்தில் வெளியிடும். ஓர் ஆண்டு முழுவதும் விற்பனையில் வைத்திருக்கும் அந்தக் காலகட்டத்தின் முடிவில், விற்கப்படாத தபால்தலைகள் அழிக்கப்படும். மேலும் விற்றுத் தீர்ந்த தபால்தலைகள் மறுபதிப்பு செய்யப்படாது.

இந்தத் தபால்தலைகள் ஐக்கிய நாடுகள் சபை மற்றும் அதன் உறுப்பு அமைப்புகளின் நோக்கங்கள் மற்றும் சாதனைகளை விளக்கும் வகையில் வடிவமைக்கப்படும். ஐக்கிய நாடுகளின் தபால்தலைகளில் சித்தரிக்கப்பட்டுள்ள கருப்பொருள்கள் அசாதாரணமானவையாகவும் உலகளாவிய பிரச்னைகளை உள்ளடக்கியதாகவும் இருக்கும்.

அச்சிடுதல் மற்றும் பாதுகாப்பு நடைமுறைகளின் வங்கி- நோட்டுகளின் உயர்ந்த தரத்துடன் சேர்ந்து ஐக்கிய நாடுகள் சபையின் தபால்தலைகள் உள்ளதால் உலகெங்கிலும் உள்ள தபால்தலை சேகரிப்பாளர்களிடையே இந்தத் தபால்தலைகள் மிகவும் பிரபலமாக உள்ளன.

தபால்தலைகளை சேகரித்த மன்னர் பரம்பரை

தபால்தலைகளை சேகரிக்கும் பழக்கம் இன்று நம்மில் பலருக்கு இருந்தாலும் நம் அனைவரிடமும் பல முக்கியமான அரிய தபால்தலைகள் இருப்பதில்லை. ஆனால் இங்கிலாந்தில் ஒரு குடும்பத்திடம் அரிய தபால்தலைகள் அதிகமாக உள்ளன.

இங்கிலாந்தை பல நூற்றுக்கணக்கான ஆண்டுகளாக ஆண்டு வரும் ராஜபரம்பரைதான் உலகின் பல அரிய தபால் தலைகளை வைத்திருப்பவர்கள். அவர்களின் தபால்தலை சேகரிப்பு 1800ஆம் ஆண்டுகளின் பிற்பகுதியில் யார்க் பிரபுவால் தொடங்கப்பட்டது. முதலில் இவருக்கு தபால்தலைகளை சேகரிக்க அவரது மாமாவும் பிரபுவுமான இளவரசர் ஆல்ஃபிரட் உதவினார்.

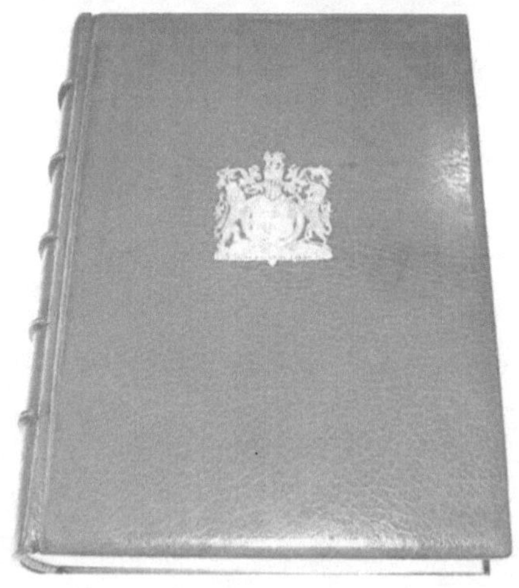

அவர் ஒருமுறை தனது தபால்தலை ஆலோசகரான ஜே.ஏ.டில்லேர்டுக்கு எழுதிய கடிதத்தில் 'இங்கிலாந்தில் உள்ள சிறந்த தபால்தலை சேகரிப்புகளில் ஒன்றாக இருக்காமல் மிக சிறந்த சேகரிப்பை நான் பெற விரும்புகிறேன்' என்று எழுதியிருந்தார். இதுவே பல அரிய தபால்தலைகளை ராஜ பரம்பரை சேகரிக்கத் துவங்கியதற்கான அடையாளமாகக் கருதலாம்.

ராஜபரம்பரையின் தபால்தலை சேகரிப்பில் ஐந்தாம் ஜார்ஜ் மன்னர் சேகரித்த 328 தபால்தலை செருகேடுகளும், ஐந்தாம் ஜார்ஜ் மன்னர் மற்றும் மிக சமீபத்தில் இரண்டாம் ராணி எலிசபெத்தால் சேகரிக்கப்பட்ட மேலும் 30 ஆல்பங்கள் உள்ளதாகத் தெரிகிறது. இவற்றின் இன்றைய மதிப்பு குறைந்தது 100 மில்லியன் பவுண்டுகளாக இருக்கும் என்று கணிக்கப்பட்டுள்ளது.

தபால்தலை சேகரிப்பதில் வல்லுனர்களாக உள்ளவர்கள் இந்தச் சேகரிப்பை உலகின் சிறந்த பேறாகவும் பெருமையாகவும் கருதுகின்றனர். இந்தத் தபால்தலைகளை இங்கிலாந்தில் உள்ள தேசிய அஞ்சல் அருங்காட்சியகத்தில் காணலாம்.

ஐந்தாம் ஜார்ஜ் மன்னர் திருமணத்தின்போது அவருக்கு 1,500 தபால்தலைகள் கொண்ட தபால்தலை சேகரிப்புச் செருகேடு பரிசாகக் கொடுக்கப்பட்டதாகக் கூறப்படுகிறது.

ஜார்ஜ் மன்னர் தன்னால் முடிந்தபோதெல்லாம் அரிய தபால்தலைகளை வாங்கினார். ஒரு கட்டத்தில் ஒரு நீல நிற 'மொரிஷியஸ் டூ பென்ஸ்' தபால்தலையை 1450 பவுண்டுகள் கொடுத்து வாங்கினார் என்றால் தபால்தலை சேகரிப்பில் அவருக்கு இருந்த ஆர்வத்தை நீங்கள் தெரிந்துகொள்ளலாம்.

எலிசபெத் மகாராணியும் தபால்தலை சேகரிப்பில் தனது அரிய பங்கினை செய்துள்ளார். ராஜபரம்பரையின் தபால்தலை சேகரிப்புகளை கண்காட்சியில் வைப்பதன் மூலமும், கடனாகக் கிடைக்கச் செய்வதன் மூலமும் அவர்களின் தபால்தலை சேகரிப்பை பிரபலமாக்குவதில் அவர் முக்கியப் பங்காற்றினார். அதுமட்டுமல்லாது, தொண்டு நிறுவனங்களுக்காக அவற்றை ஏலம் விட்டு அதில் வரும் பணத்தை அவர்களுக்குத் தந்து உதவி செய்துள்ளார்.

2009ஆம் ஆண்டில் முன்னாள் பிரெஞ்சு ஜனாதிபதி சார்க்கோசி தபால்தலைகளை சேகரிக்கத் தொடங்கியதாக ராணியிடம் கூறினார். இதைக் கேட்ட ராணி அவருக்கு பல்வேறு தலைசிறந்த தபால்தலைகளை பரிசளித்து உதவினார். இப்படி பல நாட்டின் தலைவர்களின் தபால்தலைகளை சேகரிக்க எலிசபெத் மகாராணி ஊக்கப்படுத்தினார். இன்றுவரை ராஜபரம்பரையின் தபால்தலை சேகரிப்பு ஓர் அரிய காப்பகமாக இருந்துவந்துள்ளது.

இந்த அரிய பொக்கிஷமான தபால்தலைகளின் எண்ணிக்கையை தற்போதைய இங்கிலாந்து மன்னர் சார்லஸ் அதிகப்படுத்துவார் என்றும் அவரின் இளைய வாரிசுகளையும் தபால்தலை சேகரிப்பில் ஊக்கப்படுத்துவார் என்றும் நாம் நம்பலாம்.

இந்தியாவின் முதல் தபால்தலை

1852ஆம் ஆண்டில் இந்தியா, தனது சொந்தத் தபால் தலைகளை வெளியிட்ட ஆசியாவின் முதல் நாடாகவும் உலகின் 10வது நாடாகவும் ஆனது.

அப்போது இந்தியா, ஆங்கிலேயர்களிடம் அடிமைப் பட்டிருந்ததால் இந்தத் தபால்தலை முத்திரையை இந்திய அரசு வெளியிட்டதாக கருதமுடியாது. இவை பிரிட்டிஷ் இந்தியாவின் அப்போதைய தலைநகரான கல்கத்தாவில் வெளியிடப்படவில்லை. மாறாக, இந்தியாவின் முதல் தபால் தலை பாகிஸ்தானில் உள்ள சிந்து மாகாணத்தில் வெளியிடப்பட்டது. அதனால்தான் இந்தத் தபால்தலை சிண்டே (சிந்து மாகாணத்தைக் குறிப்பது) டாக் (அஞ்சலுக்கு இந்தியில் குறிப்பது) என்று பெயரிடப்பட்டது.

பிரிட்டிஷார் டாக்-வாலாக்கள் என்று அழைக்கப்படும் தூதர்கள் மூலம் அஞ்சல் அமைப்பை நிறுவினர். அவர்கள

கடிதங்களை எடுத்துச் செல்வதற்கு விதிக்கப்பட்ட தொகை, அந்தக் கடிதம் சென்றடைய வேண்டிய இடத்தின் தூரம் மற்றும் கடிதங்களின் எடைக்கு ஏற்ப நிர்ணயிக்கப்பட்டது. இருப்பினும் இந்தத் தொகைகள் ஒரே மாதிரியானதாக இல்லை. இந்த பயணத்தின்போது அஞ்சல் தூதர்கள், கடிதங்கள் மற்றும் பொதிகளை பனை ஓலைகளில் சுற்றி எடுத்துச் செல்வார்கள் என்று நமக்கு சரித்திரம் சொல்கிறது.

1851ஆம் ஆண்டில் ஒருங்கிணைந்த இந்தியாவின் அஞ்சல் சேவை ஒழுங்குபடுத்தப்பட்டு, மறுசீரமைக்கப்பட்டு தொடர்ச்சியான முன்னேற்றங்கள் அறிமுகப்படுத்தப்பட்டன. அஞ்சல் கட்டணங்கள் திருத்தப்பட்டு தபால் கொண்டு செல்லும் வீரர்கள் பயணிக்கும் தூரத்தைக் கணக்கில் கொள்ளாமல் ஒரு நிலையான கட்டணம் நிர்ணயிக்கப்பட்டது.

இந்த மறுசீரமைப்பின் ஒரு பகுதியாக அரையணா மதிப்பு கொண்ட முதல் தபால்தலை 1852ஆம் ஆண்டு அறிமுகம் செய்யப்பட்டது. இந்தத் தபால்தலைகள் பிரிட்டிஷ் கிழக்கிந்திய கம்பெனியின் வணிகப் பயன்பாட்டு முத்திரையைக் கொண்டி ருந்தன. இவை முதலில் சிவப்பு மெழுகில் பொறிக்கப்பட்ட வடிவமைப்பைக் கொண்டிருந்தன.

இந்தத் தபால்தலை முத்திரைகள் விரைவில் சிக்கல்களை ஏற்படுத்தியது, கடிதங்கள் திறக்கப்பட்டபோது இந்த முத்திரைகள் உடைந்தன. இதனால் அவை வெள்ளைத்தாளில் பொறிக்கப்பட்டவையாக மாற்றப்பட்டன. இருப்பினும் இந்த முத்திரைகளை குறைந்த வெளிச்சத்தில் பார்ப்பது மிகவும் கடினமாக இருந்ததால் அவை நிராகரிக்கப்பட்டன. இறுதியாக, இந்த வடிவமைப்பு மீண்டும் ஒருமுறை மாற்றப்பட்டது, இந்த முறை முத்திரை, நீல முத்திரைகளாக மாற்றம் செய்யப்பட்டது. இந்த முத்திரை முறையை ஏன் தேர்வு செய்தார்கள் என்று யாராலும் உறுதியாகக் கூறமுடியாது.

இந்தத் தபால்தலை முத்திரையில் பிரிட்டிஷ் ஏகாதிபத்திய மன்னர்களின் உருவமோ, ராணிகளின் உருவமோ பொறிக்கப் படாமல் பிரித்தானிய கிழக்கிந்திய நிறுவனத்தின் முத்திரை பொறிக்கப்பட்டிருப்பது ஒரு முக்கிய அம்சமாக கருதப்படுகிறது.

அரையணா பணமதிப்பு கொண்ட சிண்டே டாக் தபால்தலை முத்திரைகள் இப்போது தபால்தலை சேகரிப்பவர்களிடம் அரிதான மற்றும் உன்னதமான ஒன்றாகக் கருதப்படுகிறது. ஆசியாவில் வெளியிடப்பட்ட முதல் தபால்தலைகள் இவை என்ற தனிச்சிறப்பும் இந்த தபால்தலை முத்திரைகளுக்கு உண்டு. இந்தத் தபால்தலை முத்திரையின் தற்போதைய விலை ரூ.60 லட்சத்திற்கு மேல் இருக்கலாம் என்று கூறப்படுகிறது.

உலகின் முதல் தபால்தலை

பென்னி பிளாக்தான் உலகின் முதல் தபால்தலையாகும். இதை நாம் அனுப்பும் அஞ்சலில் ஒட்டக்கூடிய வகையில் தயார் செய்யப்பட்டது. இது கிரேட் பிரிட்டனில் 1840ஆம் ஆண்டு மே 6ஆம் தேதி விற்பனைக்கு வந்தது. 1837ஆம் ஆண்டு வரை ஒரு கடிதம் அல்லது அஞ்சல் அனுப்புவது விலை உயர்ந்ததாகவும் அதிகமான பொருட்செலவு செய்ய வேண்டியதாகவும் இருந்தது. அதனால் பெரும் சிக்கலும் குழப்பமும் நிலவின. அந்தக் காலகட்டத்தில் அஞ்சல் பெறுபவர்தான் அந்த அஞ்சலுக்கான கட்டணத்தைச் செலுத்தும் முறை இருந்து வந்தது. அதனால் பெரும் நெருக்கடி ஏற்பட்டது.

இந்தப் பிரச்னைக்கு தீர்வு காண பலர் முயன்றனர். அவர்களில் ரோலாண்ட் ஹில் என்ற பள்ளி ஆசிரியர் முன்னெடுத்த வழிமுறையும் ஆலோசனையும் அரசால் ஏற்றுக்கொள்ளப்பட்டது. இவர்தான், அஞ்சல் அனுப்புபவரே அதன் கட்டணத்தை செலுத்தவேண்டும் என்றும் அஞ்சலில் தபால்தலை ஒட்டுவது என்ற முறையை எடுத்துரைத்தார். அதன் மூலம் சாமானிய மக்களும் அஞ்சல்களை குறைந்த செலவில் அனுப்ப முடியும் என்றும் வாதாடினார்.

உலகின் முதல் தபால்தலையான பென்னி ப்ளாக்கிற்கு இவர்தான் வித்திட்டார் என்றும் நாம் கூறலாம். இந்தத் தபால்தலையை வடிவமைப்பதற்காக பிரிட்டிஷ் அரசு மக்களிடம் கருத்து கேட்டது. அதுமட்டுமல்லாது, இதை வடிவமைப்பதற்காக ஒரு போட்டியையும் நடத்தியது. இந்தப் போட்டிக்கு 2,600 பேர் தங்களின் படைப்புகளை அனுப்பினார்கள். இதிலிருந்து 1839ஆம் ஆண்டு நான்கு வடிவமைப்புகள் தேர்வு செய்யப்பட்டன. இந்த நான்கு வடிவமைப்பாளர்களுக்கும் 100 பவுண்ட் சன்மானம் வழங்கப்பட்டது.

தேர்வு செய்யப்பட்ட வடிவமைப்புகளின் கூறுகள் விக்டோரியா மகாராணியின் தபால்தலையின் உருவப்படத்தில் உள்ளடக்கப்பட்டிருந்தாலும், ரோலண்ட ஹில், வில்லியம் வயோனால் உருவாக்கப்பட்ட பதக்க வேலைப்பாடுகள் கொண்ட வடிவமைப்பை அடிப்படையாகக்கொண்டு இந்தத் தபால்தலையை உருவாக்கினார்.

இந்தத் தபால்தலையை 240 தபால்தலைகள் கொண்ட தாள்களாக பெர்கின்ஸ் பேகன் நிறுவனம் அச்சடித்தது. இந்த தபால்தலைகள் வெள்ளைக் கோடுகளால் ஆன பின்னணிக் கொண்டவையாகவும் ஒரு கிரீட்த்தை நீரின் உயர்மட்டம

காண்பிக்கும் குறியையும் கொண்டிருந்தது (இதன் மூலம் போலிகளைத் தடுக்க முடியும்).

பென்னி பிளாக் ஓர் அரிய தபால்தலை. இது 6.80 கோடிக்கும் அதிகமாக அச்சிடப்பட்டது. இதில் 34 லட்சம் தபால்தலைகள் இன்றைக்கும் அழிவில்லாமல் தபால்தலை சேகரிப்பாளர்களிடம் உள்ளது.

பென்னி பிளாக் தபால்தலையில் அரிதாக கருதப்படுவது- 11வதாக அச்சடிக்கப்பயன்படுத்தப்பட்ட தகடு. ஏனெனில் இந்தத் தகடு முதலில் பென்னி ரெட் தபால்தலை தயாரிக்க தயார் செய்யப்பட்டது. இந்தத் தபால்தலையின் 700 தாள்கள் கறுப்பு நிறத்தில் அவசர அவசரமாக அச்சிடப்பட்டன.

படையெடுப்பால் பரிதவித்த நாடுகளின் தபால்தலைகள்

ஒரு நாடு மற்றொரு நாட்டின் மீது படையெடுத்து அந்த நாட்டை தன் கட்டுப்பாட்டில் கொண்டுவரும்போது அவர்கள் முதலில் தன்வசப்படுத்துவது இரண்டு துறைகளை. அவை அரசு வானொலி மற்றும் அஞ்சல் சேவை. இவை இரண்டும் மக்களால் அன்றாடம் அதிகம் பயன்படுத்தப்படும் சேவைகளாகும்.

வானொலி நிலையத்தைக் கைப்பற்றி தங்கள் நாட்டின் பெருமைகளையும் அந்த வானொலி நிலையம் அமைந்திருக்கும் நாட்டைப் பற்றிய தவறான மற்றும் பொய்யான தகவல்களை ஒலிபரப்புவார்கள். இதன் மூலம் மக்களின் கவனத்தை திசை திருப்புவார்கள். இந்த மாதிரியான செயல்முறைகள் இன்றும் தொடர்கின்றன.

முதல் மற்றும் இரண்டாம் உலகப்போரின்போது ஜெர்மனி, ஆஸ்திரியா, ஹங்கேரி போன்ற பல நாடுகளைத் தோற்கடித்து அவற்றை வசப்படுத்தியது. அப்போது அந்த நாட்டின் அஞ்சல் சேவையை தங்கள் அரசின் கட்டுப்பாட்டின் கீழ் கொண்டுவந்தது. அந்த நாடுகளில் தங்கள் தபால்தலைகளைப் பயன்பாட்டிற்கு கொண்டுவர முற்பட்டது. ஆனால் அவ்வளவு அதிகமான எண்ணிக்கையில் தபால்தலைகள் தன்னிடம் இல்லாத காரணத்தால் அந்தக் குறிப்பிட்ட நாடுகளின் தபால்தலைகளில் ஜெர்மன் நாட்டின் பெயரை முத்திரையிட்டு மக்களின் பயன்பாட்டிற்கு கொடுத்தது.

ஜெர்மனி தபால்தலைகள் 1914 மற்றும் 1918 ஆம் ஆண்டுக்கு இடையில் ஜெர்மன் பேரரசின் ராணுவப் படைகளால் அல்லது 1938 மற்றும் 1945 ஆண்டுகளுக்கு இடையில் மூன்றாம் ரைக்கின் ராணுவப் படைகளால் ஆக்கிரமிக்கப்பட்ட பல்வேறு ஐரோப்பிய நாடுகளுக்காக வெளியிடப்பட்டவற்றைக் குறிக்கின்றன. இந்த செயல்முறையை ஜெர்மனி மட்டுமல்லாது, இதுபோன்ற மற்ற நாடுகளும் செய்து வந்துள்ளன என்பது வரலாற்று ஆதாரங்கள் மூலம் நமக்குப் புலப்படுகிறது.

டிசம்பர் 15ஆம் தேதி ஜப்பானியர்கள் அன்று வடக்கு போர்னியோவில் தரையிறங்கி 1942ஆம் ஆண்டு ஜனவரி 6ஆம்

தேதி புருனே முழுவதையும் ஆக்கிரமித்தனர். அதன் பின்னர் போர்னியோ மற்றும் புருனே நாடுகளின் தபால்தலைகளில் ஜப்பானின் பெயர் முத்திரையாக அச்சிடப்பட்டு பயன்படுத்தப்பட்டு வந்தது.

1914ஆம் ஆண்டில் ஆகஸ்ட் மாதத்தில் டோகோ நாடு பிரிட்டிஷ் மற்றும் பிரெஞ்சுத் துருப்புக்களால் ஆக்கிரமிக்கப் பட்டது. இந்த ஆக்ரமிப்பு 1919ஆம் ஆண்டு வரை தொடர்ந்தது. அந்த நாட்டில் ஜெர்மனியால் நடத்தப்பட்ட அஞ்சல் அலுவலகம் மூடப்பட்டது, ஆக்கிரமிப்புப் படைகள் முதலில் ஜெர்மன் தபால்தலைகளை 'ஆங்கிலோ-பிரெஞ்சு நாடு' என்று முத்திரையிட்டு அச்சடித்து பயன்பாட்டிற்கு அளித்தன.

ஒரு நாட்டின் தபால்தலையில் வேறொரு நாட்டின் பெயர் அச்சிடப்பட்டு பயன்படுத்தப்பட்ட தபால்தலைகள் அதனை சேகரிப்போர் மத்தியில் அதிக முக்கியத்துவம் பெறுவதோடு அதிக விலைக்கும் விற்பனை ஆகின்றன.

○

இந்தியா வெளியிட்ட கூட்டுத் தபால்தலைகள்

கூட்டுத் தபால்தலை வெளியீடுகள் என்பது இரண்டு அல்லது அதற்கு மேற்பட்ட நாடுகளின் அஞ்சல் நிர்வாகங்களால் வெளியிடப்படுபவையாகும். ஒரே தலைப்பு, பொதுவான நிகழ்வு ஆண்டுவிழா அல்லது இரு நாடுகளுக்கும் பொருத்தமான நபரை நினைவுகூரும் வகையில் வெளியிடப்படுவது கூட்டுத் தபால்தலை ஆகும்.

கூட்டுத் தபால்தலைகள் பொதுவாக ஒரே மாதிரியான வடிவமைப்புகள் அல்லது ஒரே வெளியீட்டுத் தேதி அல்லது இரண்டையும் கொண்டிருக்கும். ஆனால் நாட்டின் பெயர் மற்றும் நாணய மதிப்பு மட்டுமே வேறுபட்டிருக்கும்.

இந்தியா பல்வேறு நாடுகளுடன் இணைந்து பல கூட்டு தபால் தலைகளை வெளி யிட்டுள்ளது. குறிப்பாக அர்மீனியா, பெலாரூஸ், கனடா, சீனா, சைப்ரஸ், பிரான்ஸ், ஈரான், இஸ்ரேல், ஜப்பான், கொரியா, மெக்ஸிகோ, மங்கோலியா, பிலிப்பைன்ஸ், போர்ச்சுகல், ரஷ்யா, சிங்கப்பூர், ஸ்லோவேனியா, தெற்கு ஆப்பிரிக்கா, செர்பியா,

சோவியத் யூனியன் மற்றும் வியட்நாம் போன்ற நாடுகளுடன் வெளியிட்டுள்ளது.

தென்னாப்பிரிக்காவின் பீட்டர்மரிட்ஸ்பர்க் ரயில் நிலையத்தில் இனவெறி பிடித்த டிக்கெட் பரிசோதகரால் ரயிலிலிருந்து மகாத்மா காந்தி வீசியெறியப்பட்ட சம்பவத்தின் 125ஆம் ஆண்டு நிகழ்வு மற்றும் தென்னாப்பிரிக்க இனவெறி பிடித்த ஆங்கிலேய அரசை விரட்டியடிக்கப் பாடுபட்ட நெல்சன் மண்டேலாவின் நூற்றாண்டு விழா ஆகியவற்றை சிறப்பிக்கும் வகையில் சிறப்புத் தபால்தலைகள் வெளியிடப் பட்டன. இந்தியாவும் தென்னாப்பிரிக்காவும் இணைந்து தபால்தலைகளை வெளியிடுவது குறித்து மத்திய அமைச்சரவை 2018ஆம் ஆண்டு ஒப்புதல் அளித்தது. அஞ்சல்தலையின் கூட்டு வெளியீடு தொடர்பான புரிந்துணர்வு ஒப்பந்தம் இரு நாட்டு அஞ்சல் துறைகளுக்கிடையே 2018ஆம் ஆண்டு ஜூலை 24ஆம் தேதி அன்று கையெழுத்தானது. இந்தக் கூட்டுத் தபால்தலைகள் 2018ஆம் ஆண்டு ஜூலை 26ஆம் தேதி வெளியிடப்பட்டன.

மேற்கண்ட கருப்பொருளில் உள்ள நினைவு கூட்டு அஞ்சல் தலைகள் இந்தியாவின் 'மகாத்மா காந்தி' மற்றும் தென்னாப்பிரிக்காவின் 'நெல்சன் மண்டேலா' ஆகியோரின் படங்கள் இடம்பெற்றிருந்தன.

இந்தியா - ஆப்ரிக்கா உச்சிமாநாடு மற்றும் ஆசியான் இந்தியா உச்சிமாநாடு ஆகியவற்றை நினைவுகூரும் வகையில் இந்தியா தபால்தலையை வெளியிட்டது. பாலின சமத்துவம் மற்றும் சர்வதேச மகளிர் தினத்தைக் கொண்டாட இந்திய மற்றும் ஐக்கிய நாடுகளின் அஞ்சல் நிர்வாகங்கள் கூட்டாக தபால்தலைகளை வெளியிட்டுள்ளன.

மாஸ்கோ சிவப்பு சதுக்கத்தில் உள்ள ஓவியங்களை சித்தரிக்கும் வகையிலும் மற்றும் ஒரு யானை-மகாராஜா சிம்மாசனம் கொண்ட இரண்டு நினைவு தபால்தலைகளின் தொகுப்பு மாஸ்கோ மற்றும் இந்தியாவிலிருந்து 1990ஆம் ஆண்டு ஆகஸ்ட் 16ம் தேதி இந்தியா - சோவியத் நட்புறவை நினைவுகூரும் வகையில் வெளியிடப்பட்டது.

இந்தியாவுக்கும் ஜப்பானுக்கும் இடையிலான தூதரக நட்புறவின் 50வது ஆண்டு விழாவை கொண்டாடும் வகையில் 2002ஆம் ஆண்டு ஏப்ரல் 26ம் தேதி இரு நாடுகளும் கூட்டு தபால்தலைகளை வெளியிட்டன.

இப்படி இரண்டு நாடுகளும் கூட்டுத் தபால்தலைகள் வெளியிடுவதன் மூலம் தங்களுக்குள்ள நட்பினை உலக நாடுகளிடையே பறைசாற்றும் விதமாக இது அமையும். மேலும் இரண்டு நாடுகளுக்கிடையே உள்ள பொதுவான விஷயங்களை இரண்டு நாட்டு மக்கள் மட்டுமல்லாது அனைத்து நாட்டு மக்களும் தெரிந்துகொள்ள ஏதுவாயிருக்கும். தபால்தலை சேகரிப்பாளர்களைப் பொறுத்தவரை அவர்களுக்கு இரண்டு நாடுகளின் தபால்தலை ஒருசேரக் கிடைத்துவிடுகிறது.

இதன் மூலம் தபால்தலை அச்சடிப்பு, பயன்பாடு மற்றும் சேகரிப்பு போன்றவை மக்களிடையே தொடரவும் வழி வகுக்கப்பட்டது.

நறுமணம் கமழும் தபால்தலைகள்

ஒரு மனிதனுக்கு ஐந்து புலன்கள் உண்டு. அவை மெய், கண், காது, மூக்கு, மற்றும் வாய். இந்த ஐந்து புலன்களில் நான்கு புலன்கள் மூலம் நாம் தபால்தலைகளைக் கையாள்கிறோம். கண் தபால்தலையை பார்க்கிறது. வாய் தபால்தலை பற்றி பேசுகிறது. காது தபால்தலை பற்றி கேட்கிறது. மெய் தபால்தலை பற்றி மற்ற புலன்களின் மூலம் தபால் தலையை உணர்கிறது. ஆனால் மூக்கு மட்டும் செய்வ தறியாது தவிக்கிறது. அதைப் போக்குவதற்கு உருவாக்கப்பட்டது தான் வாசனை தபால்தலைகள்.

1973ஆம் ஆண்டில் நறுமணத் தபால்தலையை பூடான் வெளியிட்டது. அதன் மூலம் நறுமணத் தபால்தலை வெளியிட்ட முதல் நாடானது பூடான். நியூசிலாந்து, தாய்லாந்து மற்றும் சுவிட்சர்லாந்து ஆகியவை இதில் பின்னர் இணைந்தன. இந்திய தபால் துறை 2006 ஆம் ஆண்டு முதல் நறுமணத் தபால்தலையை வெளியிட்டது. சந்தன மணம் கொண்ட இந்தத் தபால் தலை தலா 15 ரூபாய்க்கு

வெளியிடப்பட்டு, இரண்டே வாரங்களில் 30 லட்சம் தபால் தலைகள் விற்றுத் தீர்ந்தன.

2007ஆம் ஆண்டில், ரோஜா வாசனை கொண்ட தபால் தலைகள் நான்கு வகையான பூக்களின் நறுமணத்தில் வெளியிடப்பட்டன. 2008ஆம் ஆண்டு மல்லிகை வாசனை கொண்ட தபால்தலைகள் ஒவ்வொன்றும் ஐந்து ரூபாய்க்கு விற்பனை செய்யப்பட்டன. இந்திய மக்கள் தொகையில் பெரும்பாலோனோர் காபிப் பிரியர்கள். அதுவும் தென்னிந்தியாவில் பாதிப்பேருக்கு காலையில் காபி இல்லாமல் பொழுது விடிவதில்லை. இதனை கருத்தில் கொண்டு இந்திய அஞ்சல் துறை 2017ஆம் ஆண்டு காபி மணம் தரும் தபால்தலையை வெளியிட்டது.

இத்தகைய தபால்தலைகள் இருப்பதால், மக்கள் மலர்கள் அல்லது வாசனைத் திரவியங்களை தபால் உறையில் அனுப்ப வேண்டியதில்லை. இந்தத் தபால்தலைகள் அச்சடிக்கும் முறை கொஞ்சம் கடினமானது. காகிதம் தயாரிக்கும்போதே வாசனைத் திரவியத்தின் சாறு சேர்க்கப்படுவது ஒருமுறை. மற்றொரு முறையில் காகிதத்தில் அச்சடிக்கும் மையில் வாசனைத் திரவியத்தின் சாறு சேர்க்கப்படும். இதன் மூலம் நீண்ட நாட்கள் தபால்தலைகளில் வாசனை இருக்கும்.

இந்தத் தபால்தலைகள் சிறப்பு நினைவுத் தபால்தலை பிரிவின்கீழ் வெளியிடப்படுவதால் அவை மறுபடி அச்சிடப்பட்டு வெளியிடப்படவில்லை. இந்தத் தபால் தலைகளை அச்சடிப்பது எவ்வாறு கடினமோ அதைவிட கடினமானது அவற்றின் நறுமணம் போகாமல் பாதுகாப்பதும் ஆகும்.

இந்த தபால்தலைகளை மறுமுறை அச்சடிக்க முடியாத தாலேயே தபால்தலை சேகரிப்பாளர்களுக்கு அவை விலை மதிப்பற்றதாகிவிட்டது. தபால்தலை சேகரிப்பாளர்கள் மட்டுமின்றி, தனித்துவமான விஷயங்களைச் சேகரிப்பதில் ஆர்வம் கொண்ட இளைஞர்களும் இந்தத் தபால் தலைகளால் ஈர்க்கப்படுகிறார்கள்.

உலகின் பழைய
அஞ்சலகம் – சங்குஹர்

உலகின் முதல் தபால்தலை பென்னி பிளாக் 1840ஆம் ஆண்டு அச்சிடப்பட்டு புழக்கத்திற்கு வந்திருந்தாலும் அஞ்சல் சேவை என்பது 1700ஆம் ஆண்டுகளிலேயே இருந்ததாகக் கூறப்படுகிறது. இதற்கு ஆதாரமாக ஸ்காட்லாந்து நாட்டில்

உள்ள சங்குஹர் நகரத்தில் 1712ஆம் ஆண்டில் தொடங்கப்பட்ட அஞ்சலகம் காட்டப்படுகிறது.

அஞ்சல் முறையின் தோற்றம் பழங்காலத்திலிருந்தே இருந்தாலும், உலகின் மிகப் பழமையான தபால் அலுவலகம் ஸ்காட்லாந்தின் சங்குஹரில் உள்ள ஹைஸ்ட்ரீட்டில் இருப்பதாக பிரிட்டிஷ் தபால் அருங்காட்சியகம் கூறுகிறது.

சங்குஹர் - ஓர் அமைதியான எந்தவிதமான சலசலப்பும் இல்லாத ஒரு நகரம். இங்கு பல செல்வாக்கு மிக்க உயர்குடி மக்கள் குடியிருந்தனர். அவர்கள் அங்கு முதல் தபால் அலுவலகம் அமைப்பதில் குறிப்பிடத்தக்க பங்காற்றினர்.

1700களில் தபால்கள் ஓர் இடத்திலிருந்து மற்றொரு இடத்திற்கு குதிரைவண்டியில் கொண்டு செல்லப்படும். இப்படி தபால்களைக் கொண்டு செல்லும்போது குதிரைகளும் மனிதர்களும் இளைப்பாற இந்த அஞ்சலகம் ஏதுவாக இருந்தது.

உலகளாவிய தபால் அமைப்பு (யுனிவர்சல் போஸ்டல் யூனியன்) மற்றும் கின்னஸ் புக் ஆஃப் வேர்ல்ட் ரெக்கார்ட்ஸ் ஆகியவற்றால் சங்குஹர் உலகின் பழமையான தபால் நிலையமாக அங்கீகரிக்கப்பட்டுள்ளது. 1720ஆம் ஆண்டில் ஸ்வீடனின் ஸ்டாக்ஹோமில் நிறுவப்பட்ட தபால் அலுவலகம் இரண்டாவது இடத்தையும் சிலியின் சாண்டியாகோவில் உள்ள தபால் அலுவலகம் மூன்றாவது பழமையானதாகவும் கூறப்படுகிறது.

இவ்வளவு பாரம்பரியம் மிக்க சங்குஹர் தபால் நிலையம் தற்போது புதிய பிரச்னையை எதிர்நோக்கி உள்ளது. 2015ஆம் ஆண்டு இந்தத் தபால் அலுவலகத்தை நிர்வகிக்க டாக்டர் மன்சூர் ஆலம் மற்றும் அவரது மனைவி நஸ்ரா இந்தத் தபால் அலுவலகத்தையும் அது அமைந்துள்ள கட்டிடத்தையும் விலைக்கு வாங்கினர்.

இந்த மூத்த தம்பதி தங்கள் பணியில் இருந்து ஓய்வு பெற விரும்பி இந்தக் கட்டிடத்தையும் தபால் அலுவலகத்தை நிர்வகிக்கும் உரிமையையும் வேறு யாருக்காகவாவது வழங்கத் தயாராக இருந்தும் அதைப் பெற யாரும் இன்னும் முன் வரவில்லை. இவர்களுக்குப் பதிலாக புதிய பொறுப்பாளர்கள் வரும் வரை இந்தத் தபால் அலுவலகத்தை தாங்கள் நிர்வகிப்பதாக இந்தத் தம்பதி கூறியுள்ளனர். இதற்கிடையில் புதிய நிர்வாகிகளைத் தேடுவதற்கு இந்தத் தம்பதி அரசியல்வாதிகளின் உதவியை நாடியுள்ளனர்.

இவ்வளவு பிரச்னையையும் தாண்டி இந்த தபால் அலுவலகம் எதிர்காலத்தில் தொடருமா என்று காலம்தான் பதில் சொல்ல முடியும்.

இல்லாத நாடுகளில் இருந்த தபால்தலைகள்

இந்தியா சுதந்திரம் அடைவதற்கு முன்னர் சில மாகாணங்கள் மற்றும் பல சமஸ்தானங்கள் தனி நாடுகளாக இருந்து அவர்கள் தங்கள் நாட்டின் பயன்பாட்டிற்கு தபால்தலைகளை வெளியிட்டு அஞ்சல் சேவையை செய்து வந்துள்ளன. ஆனால் பிற்காலத்தில் ஏதோ சில காரணங்களால் அந்த மாகாணம் அல்லது நாடு மற்றொரு நாட்டுடன் சேர்ந்திருக்கும் அல்லது மறைந்திருக்கும்.

இப்படிப்பட்ட மாகாணங்களையும் நாடுகளையும் 'இல்லாத நாடு' அல்லது 'மறைந்த நாடு' என்று தபால்தலை சேகரிப்பவர்கள் கூறுவார்கள். அந்த வரிசையில் பண்டைய இந்தியாவின் ஹைதராபாத், ஆல்வார், கொச்சின், குவாலியர், ஜெய்ப்பூர், சிர்மூர், பஹவல்பூர் போன்றவை அடங்கும். இந்த நாடுகள் தங்கள் தபால்தலையை அச்சிட்டு அஞ்சல் சேவைக்கு பயன்படுத்தி வந்தன.

தற்போது உள்ள தெலங்கானா மாநிலத்தின் தலைநகராக இருக்கும்

ஹைதராபாத் 1948ஆம் ஆண்டுக்கு முன்பு தனி நாடாக இருந்து வந்தது. இந்த நாட்டின் வரலாறு மிகவும் சுவாரசியமானது.

தபால்தலை சேகரிப்பாளர்கள் இந்திய தபால்தலைகளை வெளியிட்ட நாடுகள், மாநிலங்களை இரண்டு பிரிவாகப் பிரிக்கிறார்கள். ஒன்று நிலப்பிரபுத்துவ சமஸ்தானங்கள், இவை தங்கள் சொந்தத் தபால்சேவையை நடத்தி, அவர்கள் நாட்டிற்குள் பயன்படுத்தக்கூடிய தபால்தலைகளை வெளியிட்ட நாடுகள் என்றும் மற்றொன்று, தங்கள் தபால்சேவையை கையாள பிரிட்டிஷ் இந்திய அஞ்சல் அமைப்புடன் ஒப்பந்தம் செய்தது.

ஹைதராபாத் நிலப்பிரபுத்துவ நாடாக இருந்துவந்தது. ஹைதராபாத்தின் முதல் தபால்தலை 1869ஆம் ஆண்டு தொடங்கி வெளியிடப்பட்டது, மேலும் அரையணா, ஒன்று மற்றும் இரண்டு அணாக்கள் என்று வெவ்வேறு மதிப்புகளைக் கொண்ட ஓர் அரபு எழுத்து வடிவமைப்பைக் கொண்ட தபால்தலைகளை வெளியிட்டது.

1880ஆம் ஆண்டில் புதிய வடிவமைப்புடன் அந்தத் தபால்தலைகள் மாற்றப்பட்டன, அதில் 'POST ஸ்டாம்ப்' என்று பொறிக்கப்பட்டது மற்றும் அதன் மதிப்பு இந்தி, தெலுங்கு, உருது மற்றும் தபால்தலையின் மையப் பகுதியில் ஆங்கிலம் என நான்கு மொழிகளில் அச்சிடப்பட்டன.

இந்த வடிவமைப்பு ஹைதராபாத் தபால்தலைகளுக்குப் (அதிகக் கட்டணம் உட்பட) பயன்படுத்தப்பட்டது. இதன் பின்னர் ஹைதராபாத் நிஜாம் தபால்தலைகளில் ஒரு புதிய வடிவமைப்பினை அறிமுகப்படுத்தினார்.

அதன் நடுவில் ஹைதராபாத் நிஜாமின் முத்திரை இடம்பெற்றது. முதல் சில ஆண்டுகளில் தபால்தலைகளின் மேல் பகுதியில் ஓர் அரைவட்ட வடிவில் 'POSTAGE' என்ற வார்த்தை பொறிக்கப்பட்டிருந்தது. 1915 - 16ஆம் ஆண்டில்,

'POST - RECEIPT' என்ற எழுத்துக்களுடன் கூடுதல் தபால்தலைகள் வெளியிடப்பட்டன.

திருவிதாங்கூர் மற்றும் கொச்சி ராஜ்யங்களில் இருந்த தபால் அமைப்பு 'அஞ்சல்' என்று அறியப்பட்டது. அனிழம் திருநாளில் மன்னர் மார்த்தாண்ட வர்மாவால் திருவிதாங்கூரில் அஞ்சல் சேவை நிறுவப்பட்டது. அஞ்சல் துறையின் தனித்தன்மை, தனித்துவத்துவம் மற்றும் வளர்ச்சிக்கு வழி வகுத்த அஞ்சல் அமைப்பு 1957ஆம் ஆண்டு ஏப்ரல் 1ஆம் தேதி இந்திய தபால் துறையுடன் இணைக்கப்பட்டது.

வார் ஸ்டாம்ப்

ஒரு நாடு மற்றொரு நாட்டின் மீது போர் தொடுத்தாலோ அல்லது பல நாடுகள் ஒன்றாக இணைந்து போர் செய்தாலோ அதற்கு மிக அதிகமான அளவில் நிதி தேவைப்படும். அந்த நிதியை திரட்டுவது மிகவும் கடினமான காரியம் என்பதால் அரசாங்கங்கள் பல யுக்திகளைக் கையாண்டுள்ளனர். முதல் உலகப் போர் நடந்தபோது பல நாடுகள் தங்கள் தபால் தலையைக் கொண்டு அவற்றில் வரி வசூல் செய்து போருக்கு நிதியைத் திரட்டினர் என்பது வரலாறு கூறும் விஷயம். இந்த வரிக்குப் 'போர் வரி' என்று பெயரும் சூட்டினர்.

போர் வரி தபால்தலைகள் என்பது வழக்கமான தபால்களுக்கு கூடுதலாக ஓர் உறையில் ஓட்டப்படும் ஒரு வகை அஞ்சல் தபால்தலை ஆகும்.

முதல்போர் வரி தபால்தலைகள் மூன்றாம் கார்லிஸ்ட் போரின்போது ஸ்பெயினில் 1874ஆம் ஆண்டில் கொண்டுவரப்பட்டதாகக் கூறப்படுகிறது.

பிரிட்டிஷ் சாம்ராஜ்யம் முதல் உலகப் போருக்கு செய்த செலவு 47 பில்லியன் அமெரிக்க டாலர் என்று மதிப்பிடப்பட்டுள்ளது. இது 1913ஆம் ஆண்டின் டாலரின் மதிப்பை அடிப்படையாகக் கொண்டது என்பதைக் கருத்தில் கொள்ளவேண்டும். அன்று அந்தத் தொகையின் மதிப்பு மிகவும் அதிகம்.

பின்வரும் பிரிட்டிஷ் காலனிகள் மற்றும் ஆதிக்கங்கள் போர் வரி தபால்தலைகளை வெளியிட்டன. ஆண்டிகுவா, பஹாமாஸ், பார்படாஸ், பெர்முடா, பிரிட்டிஷ் கயானா, பிரிட்டிஷ் ஹோண்டுராஸ், கனடா, கேமன் தீவுகள், சிலோன் (இலங்கை), டொமினிகா, பால்க்லாந்து தீவுகள், பிஜி, ஜிப்ரால்டர், கில்பர்ட், எல்லிஸ் தீவுகள், கோல்ட் கோஸ்ட், கிரெனடா, ஜமைக்கா, மால்டா, மான்செராட், செயின்ட் ஹெலினா, செயின்ட் கிட்ஸ், நெவிஸ் தீவுகள், செயின்ட் லூசியா, செயின்ட் வின்சென்ட், டிரினிடாட் மற்றும் டொபாகோ, டர்க்ஸ் மற்றும் கைகோஸ் தீவுகள், விர்ஜின் தீவுகள் முக்கியமானவையாகும்.

முதல் உலகப் போரின்போது போர் வரி தபால்தலையை வெளியிட்ட முதல் நாடு கனடாதான். அந்த நாடு இதற்கென ஒரு சிறப்புச் சட்டத்தை 1915ஆம் ஆண்டு பிப்ரவரி மாதம் இயற்றியது. சில நாடுகள் நாம் அன்றாடம் பயன்படுத்தும் தபால்தலையில் 'போர் வரி' என்று அச்சிட்டும் மக்களின் பயன்பாட்டிற்கு அளித்தனர். இரண்டாம் உலகப் போரின் போது ஆஸ்திரேலியா போன்ற பல நாடுகள் அஞ்சல் மீது

வரிகளை விதித்தாலும், அந்த வரிகளைச் செலுத்த வழக்கமானத் தபால்தலைகள் பயன்படுத்தப்பட்டன.

நார்த் போர்னியோ 1941ஆம் ஆண்டு பிப்ரவரி மாதம் இரண்டு போர் வரி தபால்தலைகளை வெளியிட்டது. இவை 1939ஆம் ஆண்டு வழக்கமான தபால்தலைகளின் 1 மற்றும் 2 சென்ட் மதிப்புகளில் உள்ள தபால்தலைகளில் 'WAR TAX' என்று அச்சிட்டு மக்களுக்கு கொடுத்தது.

நியூசிலாந்து 1915ஆம் ஆண்டில் அனைத்துக் கடிதங்கள், பார்சல்கள் மற்றும் பாக்கெட்டுகள் மீது அரை பென்னி வரி விதித்தது. தற்போதைய அரை பென்னி தபால்தலை 'வார் ஸ்டாம்ப்' என்று அதில் அச்சிடப்பட்டு 1915ஆம் ஆண்டு செப்டம்பர் மாதம் அன்று விற்பனைக்கு வைக்கப்பட்டது. 1916ஆம் ஆண்டில் பிஜியின் அரை பென்னி மற்றும் ஒரு பென்னி தபால்தலைகளின் மீது இதேபோன்ற 'வார் ஸ்டாம்ப்' என்று அச்சடிக்கப்பட்டு பயன்படுத்தப்பட்டது.

முதல் மற்றும் இரண்டாம் உலகப்போரின்போது இந்தியா பிரிட்டிஷ் சாம்ராஜ்யத்தின் ஓர் அங்கமாக அடிமைப்பட்டிருந்ததன் காரணமாக இந்தியாவிற்கென இது போன்ற தனி தபால்தலைகள் அச்சிடப்படவில்லை. மாறாக, பிரிட்டிஷ் தபால்தலைகளைத் தான் நாம் பயன்படுத்தினோம்.

இந்தியாவின் மிகப் பழைய தபால் நிலையம்

கிழக்கிந்திய கம்பெனி இந்தியாவில் 1700ஆம் ஆண்டு முற்பகுதியில் தங்கள் காலடித்தடத்தைப் பதிக்க ஆரம்பித்தது. அப்போது அவர்கள் பிரிட்டனுக்கு தங்கள் கடிதங்களை ஒழுங்கற்ற முறையில் அனுப்பி-பெற்று வந்தனர். இதன் காரணமாக அவர்களின் தகவல் பரிமாற்றத்தில் பல்வேறு சிக்கல்கள் ஏற்பட்டதை அடுத்து 1727ஆம் ஆண்டு முதல் இந்தியாவில் தபால் நிலையங்களை கிழக்கிந்திய கம்பெனி நிறுவத் தொடங்கியது.

1727ஆம் ஆண்டு முதல் தபால் நிலையங்களை அவர்கள் இந்தியாவில் நிறுவத் தொடங்கியிருந்தாலும், அதிகாரப்பூர்வமாக 1774ஆம் ஆண்டு இந்தியாவின் முதல் தபால் நிலையம் மேற்கு

வங்காள மாநிலத் தலைநகரமான கொல்கத்தாவில் தொடங்கப்பட்டது. இதற்கடுத்து அன்றைய மெட்ராஸில் (சென்னை) ஒரு கட்டடத்தில் 1786ஆம் ஆண்டு நிறுவப்பட்டது.

இந்த இரண்டு அஞ்சலகங்களைத் தொடர்ந்து 1794ஆம் ஆண்டு மராட்டிய மாநிலத் தலைநகரான பம்பாயில், (இன்றைய மும்பையில்) இந்தியாவின் மூன்றாவது அஞ்சலகம் நிறுவப்பட்டது.

கிழக்கிந்திய கம்பெனி, கொல்கத்தா, சென்னை மற்றும் மும்பை நகரங்களின் புவியியல் முக்கியத்துவம் கருதி தங்களின் மத்திய தபால் நிலையங்களை இங்கு அமைத்தது என்று சொல்லப்படுகிறது.

கொல்கத்தாவில் உள்ள மத்திய தபால் நிலையத்தின் கம்பீரமான கட்டமைப்பின் கட்டுமானப் பணி 1864ஆம் ஆண்டில் தொடங்கப்பட்டு 1868ஆம் ஆண்டு 6 லட்சத்து 30 ஆயிரத்து 510 ரூபாய் செலவில் முடிக்கப்பட்டது. வால்டர் பி.கிரென்வில் என்ற கட்டுமானக் கலைஞர் இந்த அற்புதமான கட்டடத்தை வடிவமைத்தார். இந்தப் பிரமாண்டமான கட்டமைப்பின் முக்கியமான அம்சம்-உயர்ந்த அயனி-கொரிந்திய தூண்கள் ஆகும்.

1786ஆம் ஆண்டு முதல் 1790ஆம் ஆண்டு வரை மெட்ராஸ் மாகாணத்தின் கவர்னராக இருந்த சர் ஆர்க்கிபால்ட் காம்ப்பெல் தான் சென்னையில் தபால் நிலையம் அமையக் காரணமானவர் என்று வரலாற்றாசிரியர்கள் கூறுகின்றனர். சென்னை தலைமை தபால் நிலையம் 1786ஆம் ஆண்டு ஜூன் 1ஆம் தேதி முதல் செயல்படத் தொடங்கியது. இதன் முதல் அஞ்சல் நிலைய அதிகாரியாக ஜெனரல் சர் ஆர்க்கிபால்டின் செயலாளர் ஏ.எம். கேம்ப்பெல் இருந்தார்.

இந்தத் தலைமை தபால் நிலையத்தில் ஒரு குமாஸ்தா, 5 தபால் ஊழியர்கள், 10 தபால்காரர்கள் பணியில் இருந்தனர். முதலில் இந்தத் தபால் நிலையம், சென்னை செயின்ட் ஜார்ஜ் கோட்டை உள்ள ஒரு கட்டடத்தில் செயல்பட்டு வந்தது.

இது பிற்காலத்தில் தற்போதுள்ள ஜி.பி.ஓ. என்றழைக்கப்டும் கட்டடத்திற்கு இடம் பெயர்ந்தது.

இந்தத் தபால் நிலையத்தைப் பற்றி வரலாற்றாசிரியர்களிடம் கேட்டபோது அவர்கள் கூறிய தகவல் சுவையாக இருந்தது. இந்தக் கட்டடம் மூன்று தளங்களைக் கொண்டது. தரைத்தளத்தில் சமையலறையும், பண்டகசாலையும் இருந்தன. முதல் தளத்தில் தபால் நிலையமும் இரண்டாவது தளத்தில் தபால் அலுவலக அதிகாரியின் இல்லமும் அமைந்திருந்தன. இந்தக் கட்டிடம் சிஷோல்ம் என்ற கட்டட வடிவமைப்பாளரால் கட்டப்பட்டது. இந்தக் கட்டடம் 1874ஆம் ஆண்டு முதல் 1884ஆம் ஆண்டுக்கு இடையில் சுமார் பத்து ஆண்டுகளாக கட்டப்பட்டது.

இந்தக் கட்டடம் இன்றும் பிரிட்டிஷ் காலனி ஆதிக்கத்தை இன்றைய தலைமுறையினருக்கு நினைவுபடுத்தும் சின்னமாக உயர்ந்து நிற்கின்றது. இதை ஒவ்வொரு முறையும் நாம் கடந்து செல்லும்போதும் இந்திய தபால்துறையின் வரலாற்றை எடுத்துச் சொல்ல முயல்வதை உணரமுடியும்.

நம் நாட்டின் சரித்திரத்தைப் பற்றிப் பேசும் இதுபோன்ற கட்டடங்களை மத்திய, மாநில அரசுகள் நன்கு பராமரித்து தற்கால மக்களுக்கு நம் நாட்டின் பழம்பெருமையையும் கலாச்சாரத்தையும் உணர்த்த வேண்டும் என்று வரலாற்றா சிரியர்கள் வேண்டுகின்றனர்.

அகதிகளுக்காக சிறப்புத் தபால்தலை

ஒரு நாட்டில் ஏதேனும் பிரச்னை ஏற்பட்டாலோ அல்லது ஒரு நாடு மற்றொரு நாட்டின் மீது போர் தொடுத்தாலோ பாதிக்கப்படுவது அந்த நாட்டின் மக்கள்தான். இப்படி பாதிக்கப்படும் மக்கள் வேறொரு நாட்டிற்குப் புலம்பெயர்ந்து அகதிகளாகச் செல்வர்.

மனிதாபிமான அடிப்படையில் பல நாடுகள், புலம்பெயர்ந்து வரும் மக்களை அகதிகளாக ஏற்றுக்கொள்கின்றனர். ஆனால் இப்படி வரும் அகதிகளின் எண்ணிக்கை அதிகரிக்கும் போது அவர்களுக்குத் தேவையான வசதிகளை செய்து கொடுக்க பெரும் பொருள் செலவாவதால் அந்த நிதியை ஒதுக்க முடியாமல் அந்த நாடுகள் திணறுகின்றன.

சில நாடுகள் இதற்குத் தீர்வு காணும் விதமாக 'அகதிகள் நிவாரண வரி' என்று மக்கள் அனுப்பும் அஞ்சலுக்கு வரி விதித்து அவற்றை சிறப்புத் தபால்தலையாக அதை அஞ்சலில் ஒட்டி அனுப்புவர். இது பல ஆண்டுகளாக பல நாடுகளில் நிலுவையில் இருந்து வந்த பழக்கமாகும்.

முன்னாள் கிழக்குப் பாகிஸ்தானான வங்காளதேசத்திலிருந்து இந்தியாவிற்கு அகதிகள் அதிகமாக வந்ததால் 'அகதிகள் நிவாரண வரி' விதிக்கப்பட்டது. 1971ஆம் ஆண்டு நவம்பர் 15ஆம் தேதி முதல் 1973ஆம் ஆண்டு மார்ச் 31ஆம் தேதி வரை அஞ்சல் அட்டைகள் மற்றும் செய்தித்தாள்கள் தவிர, மற்ற அனைத்து அஞ்சல்களுக்கும் 5 பைசா கூடுதல் கட்டணமாக இந்தியாவில் நிர்ணயிக்கப்பட்டது. இது அரசின் பல்வேறு நிவாரண முயற்சிகளுக்கு நிதி ஆதாரமாக இருந்துள்ளது.

இந்த வரி விதிப்பு சிறியதாக இருந்ததால் பொது மக்களிடமிருந்து எதிர்ப்பு எதுவும் வரவில்லை. இந்தியா ஒரு விரிவான அஞ்சல் கட்டமைப்பு. பல லட்சக்கணக்கான அஞ்சல்களை ஒவ்வொரு நாளும் அனுப்பும் நாடாக இருப்பதால் அகதிகளுக்குத் தேவையான நிதியை குறுகிய காலத்தில் திரட்ட முடிந்தது.

கூடுதல் கட்டணத்தை வசூலிக்கத் தேவையான தபால் தலைகளை நாடு முழுவதும் விரைவில் கிடைக்கச் செய்வது அவசியமானது. ஆனால் இந்திய அஞ்சல்துறையிடம் அதற்குப் போதுமான தபால்தலைகள் இல்லாத காரணத்தால் ஏற்கெனவே அச்சிடப்பட்ட தபால்தலைகளில் 'அகதிகள் நிவாரண வரி' என்று முத்திரை இடப்பட்டு மக்களுக்கு வழங்கப்பட்டது.

இந்தத் தபால்தலைகளை உடனடியாக பயன்பாட்டிற்கு கொண்டு வரும் நோக்கில் தபால்தலைகளில் 'அகதிகள் நிவாரண வரி' என்று அச்சிட்டு மக்களுக்கு துரிதமாக வழங்க அனைத்து அஞ்சல் நிலைய அதிகாரிகளுக்கும் அரசு அனுமதியளித்து உத்தரவிட்டது. இந்தத் தபால்தலைகளை பயன்பாட்டிற்குக் கொண்டுவர இந்திய அரசு 1971ஆம் ஆண்டு அவசர சிறப்புச் சட்டத்தைக் கொண்டு வந்தது.

இந்தியா முழுவதும் 'அகதிகள் நிவாரண வரி' என்று ஆங்கிலத்திலும் இந்தியிலும் அச்சிடப்பட்டு விநியோகிக்கப் பட்டது. இந்தச் சிறப்புத் தபால்தலைகள் நாசிக்கில் உள்ள மத்திய அரசின் பாதுகாப்பான அச்சகத்தில் தயாரித்து வெளியிடப்பட்டது. இந்தி பயன்படுத்தப்படாத மேற்கு வங்காளத்திலும் தமிழ்நாட்டிலும் ஆங்கிலத்தில் அச்சடிக்கப் பட்ட தபால்தலைகள்தான் பெருமளவில் உபயோகிக்கப் பட்டதாகக் கூறப்படுகிறது.

இந்தத் தபால்தலைகள் கறுப்பு நிறத்தில் இருந்தன. இந்தத் தபால்தலைகளில் குறிப்பிட்டுச் சொல்லப்படுவது 1967ஆம் ஆண்டு அக்டோபர் 16ஆம் தேதி வெளியிடப்பட்ட 5 பைசா விலையுள்ள குடும்பக் கட்டுப்பாடு தபால்தலையாகும்.

1971ஆம் ஆண்டு டிசம்பர் 1ஆம் தேதி அன்று, 5 பைசா மதிப்பிற்கு ஒரு புதிய தபால்தலை வெளியிடப்பட்டது. அதில் ஓர் அகதி குடும்பம் துன்புறுத்தலுக்கு ஆளாகி தப்பியோடி வருவது போன்று காட்சி வடிவமைக்கப்பட்டது.

அதிகமான தபால் பொருட்கள் கையாண்ட அஞ்சல் அலுவலகங்களில் தபால்தலைகளில் 'அகதிகள் நிவாரண வரி' என்று அச்சிட்டு மக்களுக்கு கொடுக்க சிரமமாக இருந்ததாகக் கூறப்படுகிறது. எனவே அந்தக் காலகட்டத்தில் 5 பைசாவை பணமாகப் பெற்றுக் கொண்டு மக்கள் அனுப்பும் அஞ்சல் உறையின் மீது 'அகதிகள் நிவாரண வரி பணமாக செலுத்தப்பட்டது' என்று முத்திரை இட்டு அனுப்பப் பட்டுள்ளதாக தகவல்கள் தெரிவிக்கின்றன.

தபாலில் வந்த குழந்தைகள்

மக்கள் அன்றாடம் அஞ்சல் சேவையைப் பயன்படுத்தி அஞ்சல் உறைகள், அஞ்சல் அட்டைகள் போன்ற பல பொருட்களை ஓர் இடத்திலிருந்து வேறொரு இடத்திற்கு அனுப்புகின்றனர். நடிகர் வடிவேலுவின் ஒரு திரைப்படத்தில் வருவதுபோல் குழம்புகூட அனுப்பியிருக்கலாம். ஆனால் அமெரிக்காவில் குழந்தைகளை தபாலில் ஓர் இடத்திலிருந்து மற்றொரு இடத்திற்கு அனுப்பியிருக்கிறார்கள் என்றால் உங்களால் நம்பமுடிகிறதா?

அமெரிக்க அஞ்சல்துறை 1913ஆம் ஆண்டு ஜனவரி 1ஆம் தேதி அன்று மக்களின் அஞ்சல் பயன்பாட்டில் பல்வேறு

சீர்திருத்தங்களைக் கொண்டுவந்தது. அவற்றில் ஒன்றுதான் ஓர் இடத்திலிருந்து மற்றொரு இடத்திற்கு பார்சல் அனுப்பும் சேவை. இந்தச் சேவை மூலம் 1.80 கிலோவிற்குமேல் எந்த ஒரு பொருளையும் ஓர் இடத்திலிருந்து மற்றொரு இடத்திற்கு குறைந்த செலவில் தபால் சேவை மூலம் அனுப்பலாம்.

இந்தச் சேவையை கில்லாடித்தனமாகப் பயன்படுத்த அமெரிக்காவின் ஒஹியோ நகரத்தின் ஜெஸ்ஸி மற்றும் மட்டிலடா தம்பதி முடிவு செய்தனர். அதன்படி இவர்கள் 5.50 கிலோகிராம் எடை கொண்ட தங்கள் குழந்தையை வெறும் 15 அமெரிக்க சென்ட் (15 காசுகள்) கட்டணத்தில் அமெரிக்கத் தபால் சேவையின் மூலம் தங்கள் தாய் வீட்டிற்கு அனுப்பிவைத்தனர்.

அந்தக் குழந்தையை தபால்காரர் ஒரு பிரத்யேகப் பையில் சுமந்து சென்ற காட்சியை மக்கள் ஆச்சர்யத்துடன் பார்த்தனர். இது அந்த நாட்டின் செய்தித்தாள்களில் பரபரப்பான செய் 'தீ'யானது. இந்தச் செய்தியைப் படித்த அமெரிக்காவின் தம்பதியினர் சிலர் தங்கள் குழந்தைகளையும் இதே பாணியில் பார்சல் சேவையில் அனுப்பினர்.

குழந்தைகளை அஞ்சலில் அனுப்பத் தேவையான கட்டணத்திற்கான தபால்தலையை குழந்தையின் சட்டையில் அவர்களின் பெற்றோர்கள் தேய்த்து அனுப்பினர்.

இந்தச் சேவை அமெரிக்க மக்களிடையே அமோக வரவேற்பை பெற்றது. இருப்பினும், அந்த நாட்டின் அஞ்சல்துறை இந்தச் சேவையை அமல்படுத்து வதில் நிறைய சவால்களையும் சிக்கல்களையும் சந்தித்தது. குழந்தைகளின் உணவுப்

பழக்கம், அவர்களின் பாதுகாப்பு மற்றும் அவர்களை கையாள்வது போன்ற பல பிரச்னைகளை அமெரிக்க அஞ்சல்துறை சமாளிக்க முடியாமல் திணறியது.

மக்கள் தபால்காரர்கள் மீது வைத்திருந்த நன்மதிப்பையும் அவர்கள் மக்களிடம் நெருக்கமாக இருந்ததையும் இதன் மூலம் அறிந்துகொள்ள முடிவதாக வரலாற்றாசிரியர்கள் இந்த அஞ்சல் சேவையைப் பற்றிக் கூறியுள்ளனர்.

1914ஆம் ஆண்டு பிப்ரவரி 19ஆம் தேதி, சார்லட் மே பியர்ஸ்டோர்ஃப் என்ற நான்கு வயதுச் சிறுமி, ஐடாஹோவின் கிரேஞ்செவில்லில் உள்ள தனது வீட்டிலிருந்து சுமார் 73 மைல் தொலைவில் உள்ள தாத்தா-பாட்டி வீட்டிற்கு ரயில் மூலம் அஞ்சலில் அனுப்பப்பட்டார். இதைப் பற்றி நான்சி போப் என்ற எழுத்தாளர் ஒரு புத்தகத்தில் எழுதியிருக்கிறார்.

தொடர்வண்டியின் கட்டணத்தைவிட தபாலில் குழந்தைகளை அனுப்புவதற்கான கட்டணம் குறைவானதாக இருந்ததால் மக்கள் இந்த சேவையைப் பயன்படுத்தினர் என்று அவர் அந்த புத்தகத்தில் விவரித்துள்ளார்.

இந்த அஞ்சல் முறை சமூகஆர்வலர்களின் எதிர்ப்பாலும் நடைமுறையில் ஏற்பட்ட சிக்கல்களாலும் அமெரிக்க அஞ்சல்துறை கைவிட்டது.

ஆனால் எது எப்படியோ, இந்த அஞ்சல் முறை உலகத் தபால் சரித்திரத்தில் நீங்கா இடம் பிடித்துவிட்டது.

○

விலைமதிப்பில்லாத தபால் பிழைகள்

நம் வாழ்க்கையில் ஏதேனும் சிறிய தவறு நிகழ்ந்து விட்டால் நாம் மதிப்பு இழந்து விடுவதாக நினைக்கின்றோம். ஆனால் தபால்தலைகளைப் பொறுத்தவரை நிலைமை வேறு. தபால்தலை அச்சிடப்படும்போது ஏற்படும் சிறிய பிழை அதன் மதிப்பை பல மடங்கு அதிகரிக்கும் என்பதுதான் நம்பமுடியாத உண்மை.

அச்சிடப்படும்போது ஏற்படும் பிழைகள் உள்ள தபால்தலைகள் அவற்றை சேகரிப்பவர்கள் மத்தியில் மிகவும் விரும்பத்தக்கதாக இருப்பதற்கு காரணங்கள் பல இருந்தாலும் அந்தத் தபால்தலைகள் குறைந்த அளவில் இருப்பதால் அவை அரிதாக அமைந்துவிடுகிறது.

சில பிழைகள் கொண்ட தபால்தலைகள் பிழையில்லாத அதே தபால்தலைகளின் விலையையைவிட ஆயிரக்கணக்கான மடங்கு அதிகமான விலைக்கு ஏலம் போயுள்ளன. வடிவமைப்பு மற்றும் வேலைப்பாடு முதல், வண்ணம் தீட்டுதல், அச்சிடுதல் மற்றும் துளையிடுதல் வரை உற்பத்தியின் ஒவ்வொரு கட்டத்திலும் தபால்தலைகளில் பிழைகள் ஏற்படலாம்.

தபால்தலைகள் விற்பனைக்கு வருவதற்கு முன்பு ஏதேனும் சிக்கல்கள் இருந்தால் அவற்றைக் கண்டறிந்து தீர்ப்பதற்காக அச்சிடுதல் மற்றும் உற்பத்தி செயல்முறையின் ஒவ்வொரு பகுதியையும் அஞ்சல் துறை அதிகாரிகள் கண்காணிக்கின்றனர், இருப்பினும் சில சமயங்களில் பிழைகள் ஏற்பட்டுவிடுகின்றன.

தபால்தலை வடிவமைப்பு செய்யும் கட்டத்தில் தவறு ஏற்பட்டால் அந்த 'தபால்தலை வடிவமைப்பு பிழை தபால்தலை' என்று அழைக்கப்படுகின்றது. இதுபோன்று தபால்தலை அச்சிட்டு பயனாளர்களின் பயன்பாட்டிற்கு வரும் வரை பல்வேறு நிலைகளில் பிழைகள் ஏற்பட வாய்ப்புகள் உள்ளன.

'தபால்தலையில் மதிப்பு பிழை' என்பது, தவறான மதிப்பு அச்சிடப்பட்ட ஒரு தபால்தலையாகும். இது குறைந்த விலை மதிப்பிலான தபால்தலையில் அதிக விலை மதிப்பு அல்லது அதற்கு நேர்மாறாக அச்சிடப்பட்டு இருக்கும் தபால்தலையைக் குறிக்கும்.

தபால்தலையின் வடிவமைப்பின் ஒரு பகுதி காணாமல் போனால், இது 'விடுபடுதல் பிழை தபால்தலை' என்று குறிப்பிடப்படுகிறது. மேலும் இது பொதுவாக தபால்தலை வடிவமைப்புக் கட்டத்தில் ஏற்படும் தவறு காரணமாக நிகழ்கிறது.

அச்சடித்த பிறகு ஒரு தபால்தலையின் மேற்பரப்பில் ஏதேனும் எழுத்துக்களோ அல்லது வடிவங்களோ கூடுதலாகப் பயன்படுத்துவது 'ஓவர் பிரிண்ட்' எனப்படும். அச்சுக்கூடத்துடன் ஒப்பிடும்போது மிகக் குறைந்த தரக் கட்டுப்பாட்டைக்

கொண்ட அஞ்சல் அலுவலகங்களால் சேர்க்கப்படும், 'ஓவர் பிரிண்ட் பிழைகள்' தபால்தலைகளின் மதிப்பை கணிசமாக உயர்த்தும்.

'தலைகீழான ஓவர் பிரிண்ட்' பிழை என்பது தபால்தலை வடிவமைப்போடு தொடர்புடைய ஒரு படமோ அல்லது எழுத்தோ தலைகீழாக இருக்கும் தபால்தலைக்கு வழங்கப்படும் பெயராகும்.

'டபுள் இம்ப்ரெஷன்' தபால்தலைகள் சில சமயங்களில் இரட்டைப் பரிமாற்றம் என்று அழைக்கப்படுகின்றன. அதே வடிவமைப்பின் முத்திரை அல்லது ஓவர் பிரிண்ட் இரண்டு முறை அச்சிடப்படும்போது, ஒரு இம்ப்ரெஷன் மற்றொன்றி லிருந்து சிறிது ஈடுசெய்யப்படும். இந்தத் தபால்தலைகள் 'டபுள் இம்ப்ரெஷன்' தபால்தலைகள் என்று அழைக்கப்படும்.

பிழையாக அச்சடிக்கப்பட்ட தபால்தலைகளில் பிரபலமானது மற்றும் அதிக விலைக்கு ஏலம் போனது 'இன்வெர்ட்டட் ஜென்னி' என்று அழைக்கப்படும் அமெரிக்கத் தபால் தலையாகும். 'இன்வெர்ட்டட் ஜென்னி' என்பது ஒரு நீல வானூர்தியின் படத்தைக் தலைகீழாக, தவறாக அச்சிடப்பட்ட அமெரிக்கத் தபால்தலை ஆகும். 1918இல் வெளியிடப்பட்ட இந்த 24-செண்ட் ஏர்மெயில் தபால்தலையில் இந்தப் பிழை ஏற்பட்டது. நூறு தலைகீழ் பிழை கொண்ட இன்வெர்ட்டட் ஜென்னி தபால்தலையின் ஒரு தாள் மட்டுமே விற்கப்பட்டது, வேறு எந்தத் தாளும் கண்டுபிடிக்கப்படவில்லை என்று கூறப்படுகிறது.